अभिप्राय

चार बाँडपटांचे दर्शन

पुस्तकाचे शीर्षक पाहून ते वाचण्याची उत्सुकता वाचकांच्या मनात निर्माण होते; पण असंबद्ध भाषारचना व शब्दरचना, संदर्भहीन तुटकतुटक वाक्ये, सलग ओघवत्या भाषेचा अभाव, अनाकलनीय वाक्यरचना यामुळे वाचनातील रंगतच निघून जाते. शब्दश: भाषांतर केल्याचा हा परिणाम असावा. स्वैर अनुवाद हा भाषांतरित भाषेला न्याय देतो; पण काहीच माहिती नसण्यापेक्षा चार चित्रपटाचे थोडेफार कथानक या पुस्तकामुळे माहीत होते, हेही नसे थोडके!

दैनिक लोकमत, १२-३-२००६

कंटाळवाण्या कथा

'ऑक्टोपसी' हा चार दीर्घकथांचा संग्रह आहे. सुमार अनुवादामुळे हा मुळातला बऱ्यापैकी वाचनीय कथासंग्रह अत्यंत कंटाळवाणा बनला आहे. निर्मिती, मांडणी, मुखपृष्ठ, मुद्रण आदी तांत्रिक बाबी सुबक असूनही निरुपयोगी ठरल्या आहेत.

दैनिक लोकसत्ता, १६-७-२००६

आपल्या स्नेहीजनांना पुस्तके भेट द्या

इयान फ्लेमिंग

ऑक्टोपसी

007

अनुवाद

जयमती दळवी

मेहता पब्लिशिंग हाऊस

- *या पुस्तकातील लेखकाची मते, घटना, वर्णने ही त्या लेखकाची असून त्याच्याशी प्रकाशव सहमत असतीलच असे नाही.*

Copyright -
Octopussy : © 1965 by the Literary Executors of Ian Fleming Deceased
The Living Daylights : copyright © 1962 by Ian Fleming
The Property of a Lady : copyright © 1963 by Ian Fleming
007 In New York : copyright © 1963 by Ian Fleming

Translated into Marathi Language by Jaymati Dalvi

ऑक्टोपसी / अनुवादित कथासंग्रह
TBC

अनुवाद : जयमती दळवी
८/१, सकाळनगर, बाणेर रोड, पुणे-४११ ००७

मराठी अनुवादकाचे व प्रकाशनाचे हक्क मेहता पब्लिशिंग हाऊस, पुणे.

प्रकाशक : सुनील अनिल मेहता, मेहता पब्लिशिंग हाऊस,
१९४१ सदाशिव पेठ, पुणे ३०.

मुखपृष्ठ : चंद्रमोहन कुलकर्णी

प्रकाशनकाल : सप्टेंबर, २००५ / पुनर्मुद्रण : जून, २०१८

P Book ISBN 9788177665864

ऑक्टोपसी

'तुला माहित आहे पुसी? मला आज सगळं जमवता आलं तर एक मस्त मेजवानी मिळेल तुला!!' मेजर डेक्स्टर स्मिथ ऑक्टोपसला म्हणाला.

मेजर हे मोठ्याने बोलला आणि त्याच्या श्वासामुळे पिरेली मुखवट्याच्या काचेवर वाफ आली. त्याने त्याचे पाय वाळूवर ठेवले आणि उभा राहिला. त्याच्या काखेपर्यंत पाणी आले. त्याने मुखवटा (मास्क) काढला, थुंकीने स्वच्छ केला आणि मुखवट्याचा रबरबॅन्ड खेचून परत डोक्यावर चढवला. तो पुन्हा खाली वाकला.

ठिपक्या ठिपक्यांच्या तपकिरी पोत्यातील पोवळ्याच्या भोकातून एक डोळा अजूनही त्याच्यावर काळजीपूर्वक लक्ष ठेवून होता, पण आता एका छोट्या सोंडेचं टोक धडपडत सावलीतून एक-दोन इंच हललं आणि त्याच्या टोकदार गुलाबी टोकाने संदिग्धपणे शोध घेतला. डेक्स्टर स्मिथ समाधानाने हसला. दोन महिने डेक्स्टर ऑक्टोपसशी मैत्री जमवत होता. आणखी एक महिना मिळाला असता तर त्याने ऑक्टोपसला माणसाळवलं असतं; पण तेवढा अवधी मिळणार नव्हता. आज नेहमीप्रमाणे भाल्याच्या टोकावर मांसाचा तुकडा लावण्याऐवजी एक संधी साधून हात पुढे करून सोंड हाताने हलवावी की काय कळेना! नको पुस्सी नको, त्याने विचार केला. अजून मी तुझ्यावर पूर्ण भरवसा ठेवू शकत नाही. नक्कीच इतर सर्व सोंडी भसकन् भोकातून बाहेर येऊन हात धरतील. जेमतेम दोन फूट खाली खेचला गेल्यावर त्याच्या मास्कची झडप आपोआप बंद होऊ शकेल आणि तो त्यात गुदमरेल किंवा जर तो फाडला तर तो बुडेल. कदाचित त्यावेळी तो सुदैवी असला तर त्याच्या भाल्याने झटकन् भोसकू शकेल; पण कदाचित पुसीला मारायला ते पुरेसं होणार नाही. नको. हे तर रशियन रूले खेळण्यासारखं होईल आणि पाचास-एक याच संभाव्य अपेक्षेने होईल. त्रासातून मुक्त होण्याचा त्याचा तो झटपट, लहरी

मार्ग ठरेल! पण आत्ता नाही. त्यामुळे एका वेधक प्रश्नाचं उत्तर मिळणार नाही आणि ते तर संस्थेतील त्या दयाळू प्रोफेसर बेन्ग्रीला कबूल केलेलं आहे. डेक्स्टर स्मिथ सावकाश खडकाच्या दिशेने पोहू लागला, फक्त एका विशिष्ट आकाराकडे लक्ष ठेवीत पोहू लागला. तो आकार होता विंचूमाशाच्या चपट्या दुष्ट पाचराचा किंवा बेन्ग्रीच्या मते 'स्कॉर्पिआना प्लूमेरीचा.'

मेजर डेक्स्टर स्मिथ, ओ बी ई, रॉयल मरीन्स (निवृत्त) हा धाडसी आणि दणदणीत अधिकाऱ्याचे आणि रुबाबदार व्यक्तिमत्त्वाचे अस्सल उदाहरण होता. त्याने त्याच्या सैनिकी आयुष्यात लैंगिक आकर्षणावर सहजपणे विजय मिळवला होता. मुख्यत्वे त्याच्या नोकरीच्या शेवटशेवटच्या काळात तो अतिमहत्त्वाच्या संपर्क व सचिवालय सांभाळण्याचे काम बघणाऱ्या रेन्स ॲन्ड रॅक्स आणि ए टी एस मध्ये होता. आता तो ५४ वर्षांचा, थोडा टक्कल पडलेला आणि पोट सुटून सोंडेसारखे पुढे आलेले असा दिसत होता, आणि त्याच्या हृदयात दोन ठिकाणी रक्ताच्या गाठी होत्याच. त्याचा डॉक्टर जिमी ग्रीव्हज (डेक्स्टर स्मिथ जमेकाला प्रथम आला तेव्हा ह्याचे बरोबर क्विन्स क्लबमध्ये पोकर खेळला होता) महिन्यापूर्वी थोड्या विनोदाने म्हणाला होता की डेक्स्टर 'दुसरा धोक्याचा इशारा' आहे. परंतु त्याच्या उत्तम कपडे वापरण्याने, स्वतःच्या शिरा लपवून आणि कमरबंदामागे सूज्ञपणे आधारपट्टा घेऊन पोट सपाट करण्यामुळे, अजूनही तो उत्तर किनाऱ्यावरील कॉकटेल पार्टीत किंवा डिनरमध्ये एक सुरेख व्यक्तिमत्त्वाचा म्हणून समजला जात असे. त्याच्या सर्व मित्रांना व शेजाऱ्यांना एक कोडे पडले होते की डॉक्टरने रोज दोन औंस व्हिस्की आणि दहा सिगरेट्स असे प्रमाण सांगितलेले असूनही अवज्ञा करून तो अखंड चिमणीसारखा धूम्रपान का करत असे आणि दररोज रात्री झिंगलेल्या अवस्थेत झोपी जाण्याचे बाबतची चिकाटी कायम का ठेवत असे?

खरं सांगायचं तर डेक्स्टर स्मिथ मृत्युपूर्व अवस्थेच्या सीमेवर पोहोचला होता. या अवस्थेमागील कारणे खूप होती आणि ती तशी फारशी गुंतागुंतीचीही नव्हती. तो जमेकाशी एका अतूट बंधनाने बांधला गेला होता आणि हळूहळू उष्णप्रदेशीय सुस्तीच्या घोळात गुंतला होता. त्यामुळे जरी बाहेरून ओंडक्यासारखा कणखर वाटत होता तरी अंतर्यामी सुस्तीमुळे, ऐषारामामुळे, पूर्वी केलेल्या पापाच्या टोचणीमुळे आणि एकूण स्वतःबद्दल वाटणाऱ्या घृणेमुळे त्याच्या कणखर मनोवृत्तीची धूळधाण झाली होती. मेरी दोन वर्षांपूर्वी वारली तेव्हापासून त्याने कोणावरही प्रेम केले नाही. अर्थात आपण मेरीवर खरंच प्रेम केलं होतं किंवा नाही याबद्दल त्याची स्वतःचीच खात्री नव्हती. परंतु दिवसातील प्रत्येक वेळेला तिच्या त्याच्याविषयीच्या प्रेमाची, तिच्या आनंदी, गबाळ्या, राग भरणाऱ्या आणि बरेचदा चीड आणणाऱ्या सान्निध्याची उणीव त्याला जाणवत असे आणि आंतरराष्ट्रीय बाजारबुणग्यांच्या सहवासात उत्तर

किनाऱ्यावर राहून त्यांच्या कॅनपीज खाणे वा त्यांची मॉर्टिनी पिणे चालत असले तरी तो त्यांचा फक्त तिरस्कार करत होता. सैनिकी बीज असलेल्यांशी, सभ्य शेतकरी असलेल्या किंवा किनाऱ्यावरील मळेमालाकांशी, व्यावसायिक आणि राजकारणी यांचेशी त्याने कदाचित मैत्री केली असती, पण म्हणजे त्याच्या सुस्तीमुळे आणि मानसिकतेमुळे आयुष्यभर टाळत आलेला, ठोस उद्देश परत मिळेल, आणि त्याच्या बाटलीवर कपात येईल, हे तर नक्की मनाविरुद्ध असेल, म्हणून मेजर स्मिथ कंटाळला होता. अगदी मरणाचा बोअर झाला होता. आणि एका स्थानिक डॉक्टरकडून सहज मिळवलेली बार्बीच्यूरेल्सची बाटली त्याने कधीच गिळली असती पण फक्त एकाच कारणासाठी गिळली नाही. कड्याच्या टोकाला लोंबकळत ठेवणारी त्याची जीवनरेखा धूसर होती. भरपूर पिणाऱ्यांचा कल स्वत:च्या मूळ स्वभावाची अतिशयोक्ती करण्याकडे असतो. सर्वसामान्यपणे लोकांचे चार प्रकारे वर्गीकरण करता येईल– आशापूर्ण उत्साही असतात, जडसुस्त असतात, आळशी, चिडखोर असतात, तामसी, खिन्न उदास असतात. आशापूर्ण– उत्साहाचा अतिरेक उन्माद आणि चळ या थराला जातो. जडसुस्त– आळशी औदासिन्याच्या दलदलीत बुडतो, चिडखोर– तामसी व्यंगचित्रकाराचा झुंजार, भांडखोर दारूडा असणे, जो लोकांची व वस्तूंची तोडफोड केल्यामुळे स्वत:च्या आयुष्यातील बराच काळ तुरुंगात घालवतो, खिन्न– उदास स्वत:चीच कीव करण्याला, वीट आणणाऱ्या वर्तनाला आणि अश्रूंना बळी पडतो. मेजर स्मिथ असाच खिन्न– उदास होता. 'वेव्हलेटस' (त्याच्या या छोट्या घराचं नाव अनुरूप होतं) च्या पाच एकरात पाळलेले पक्षी, किडे आणि मासे, त्याचा समुद्रकिनारा, पलीकडचा पोवळ्याचा खडक या सर्वांभोवती विणलेल्या निरर्थक, बालिश कल्पनेत तो घरंगळलेला होता. मासे त्याला विशेष प्रिय होते. तो त्यांचा उल्लेख 'आप्तजन' असा करीत असे, आणि खडकाचे मासे, बहुतेक पक्ष्यांप्रमाणे स्वत:च्या जागेला चिकटून असल्यामुळे आता दोन वर्षांनंतर त्याचे ते सर्व आप्त जिवलग झाले होते. तो त्यांच्यावर प्रेम करत होता आणि त्याला पूर्ण खात्री होती की त्यांनाही त्याच्याबद्दल प्रेम होतं.

पशुपक्षी संग्रहालयात बाहेरून वस्तीला येणाऱ्या पक्ष्यांना जसे तेथील रखवालदार माहीत असतात त्या प्रकारे ते त्याला ओळखत होते. कारण तो रोज नियमित अन्नपुरवठा करणारा होता. सागरी झुडपे खरवडून तळाच्या जिवांसाठी वाळू व खडक ढवळणारा, छोट्या मांसभक्षकांसाठी सागरी अंडी आणि काटेरी प्राणी फोडणारा, मोठ्यांसाठी शिळ्या मांसाचे तुकडे आणणारा म्हणून ते त्याला ओळखत होते. आता खाडी मधून खोल पाण्यात जाण्यासाठी हळू किंवा जोरात किनाऱ्यावर पुढे-मागे पोहताना त्याचे हे आप्त त्याच्याबरोबर सभोवती न घाबरता व अपेक्षेने पोहत. त्रिशूळरूपी भाल्याला सढळ चमचा समजून झेपावत. अगदी सरळ डोक्यात

घातलेल्या पिरेलीच्या काचेशी जवळीक करीत आणि धीट, भांडखोर करकोचेही हळूच पायांना व तळपायांना चाटून जात.

मेजर स्मिथच्या मनाच्या एका कोपऱ्याने त्या सर्व रंगीत छोट्या 'आप्तां' ची दखल घेतली. पण आज त्याला वेगळंच काम करायचं होतं. त्यांचं अबोल शब्दांनी स्वागत केल्यानंतर, गर्द निळ्या रंगावर स्पष्ट निळे ठिपके असलेल्या करकोच्याला 'मॉर्निंग चिकन्या ग्रेनरी! आणि 'व्हॉल द न्यूट' च्या तारांकित बाटलीशी साम्य असणाऱ्या ज्वेल फिशला, 'माफ कर, आज नाही, प्रिये,' खोटे काळे डोळे शेपटीवर असलेल्या फुलपाखरागत विहरणाऱ्या माशाला, आणि इंद्रधनुषी पोपटमाशाला त्याच्या भरीव दहा पौंडी वजनाबद्दल, 'नाहीतरी तू फार जाड्या झालायस ब्ल्यू बॉय,' असे बोलता बोलता एकीकडे त्याचे डोळे त्यांपैकी एकाला, किनाऱ्यावरील त्याच्या एकमेव शत्रूला शोधत होते. ज्याला तो दिसताक्षणी मारत असे तो होता स्कॉर्पिअन फिश (विंचूमासा).

विंचूमासे जगातील दक्षिण भागातील पाण्यात जास्त राहतात आणि फ्रेंच श्रीमंती पदार्थातील 'रस्कासे' याच्याच कुटुंबातील आहे. त्याचा वेस्ट इंडियन प्रकार साधारण बारा इंच लांब आणि बहुतेक एक पौंड वजनाचा असतो. जणू निसर्गाच्याद्वारे धोका सुचवणारा असा! तो समुद्रातील सर्वांत भयंकर कुरूप मासा आहे. ठिपके असलेला तपकिरी करडा, पाचराचे आकाराचे वजनदार, खडबडीत केसाळ डोके असलेला असतो. त्याच्या क्रुद्ध लाल डोळ्यांवर लोंबकळणाऱ्या भुवया, तसंच त्याच्या रंगामुळे व मोडक्या आकृतीमुळे किनाऱ्यावर लपण्यायोग्य बाह्यरूप असते. हा मासा लहान असूनही त्याचं भरपूर दातांचं तोंड इतकं रुंद उघडू शकतं की तो किनाऱ्यावरील खडकातील लहान मासे पूर्णच्या पूर्ण गिळंकृत करू शकतो. त्याचं सर्वांत मोठं हत्यार आहे पाठीवरील उभे पात्यासारखे पंख. त्यातील पहिले काही स्पर्श होताच त्वचेच्या आत घुसणाऱ्या सुयांसारखे काम करतात. जर ते माणसाच्या संवेदनशील जागी उदाहरणार्थ धमनीत, हृदयावर किंवा मांडीच्या सांध्यात चाटून गेले तरी त्याच्या ग्रंथीतील विषाच्या पुरवठ्यामुळे ते टेट्राडॉटॉक्सिन विष माणसाला जीवे खलास करू शकते. खडकाळ भागात पोहणाऱ्यांना तेच खरा धोका ठरतात, अगदी बॅरकुडा किंवा शार्कपेक्षाही जास्त धोकादायक असतात कारण त्यांच्या शस्त्रामुळे व लपण्यायोग्य बाह्यरूपामुळे अतिशय आत्मविश्वासाने वावरतात. ते केवळ पाय अतिशय जवळ आले तर किंवा स्पर्श झाला तरच पळून जातात. इतर कशानेही नाही. मग ते रुंद व प्रेक्षणीय पट्टे असलेल्या आपल्या छातीवर काही यार्ड उडून जातात आणि सावधपणे वाळूवर गेल्यावर एखाद्या अती वाढलेल्या पोवळ्याच्या गोळ्यासारखे दिसतात किंवा खडक व समुद्रतणात जातात व तेथे अक्षरश: नाहीसे होतात आणि मेजर स्मिथ ते निर्धाराने शोधतो, भाल्याचा वार करतो आणि आपल्या

ऑक्टोपसला देतो. स्मिथला बघायचं असतं ऑक्टोपस ते घेतो की नाकारतो, ऑक्टोपससारख्या हिंस्र प्राण्याला विषाबद्दल माहिती आहे का, विंचूमाशाची प्राणघातक क्षमता समजते का, ऑक्टोपस त्याचे फक्त पोट खाऊन खाऊन कणा सोडून देईल का, की सर्वच्या सर्व मासा खाईल आणि जर खाल्ला तर त्याला त्याच्या विषाचा त्रास होईल का? ह्याच सर्व प्रश्नांची उत्तरे संस्थेतील बेन्त्रीला हवी होती आणि आज मेजर स्मिथच्या वेव्हलेट्समधील आयुष्याच्या इतिश्रीची सुरुवात होती आणि जरी त्याच्या लाडक्या ऑक्टोपुसीच्या आयुष्याच्या इतिश्रीची शक्यता होती तरी मेजर स्मिथने सर्व प्रश्नांची उत्तरे मिळवायचीच असं ठरवलं होतं आणि त्यायोगे संस्थेच्या एका कोपऱ्यातील धूळ खात पडलेल्या, समुद्री जीवशास्त्राच्या फाईलीतील सध्याच्या त्याच्या नगण्य आयुष्याचे एक छोटे स्मारक बनवायचे होते.

कारण केवळ दोन तासांपूर्वी, मेजर डेक्स्टर स्मिथच्या सध्याच्या अतिसामान्य आयुष्याला अत्यंत वाईट वळण मिळालं. इतकं वाईट, भयानक झालं की काही आठवड्यांच्या अवधीत, म्हणजे सरकारी कार्यालयानं वसाहत कार्यालयात केबल पाठवण्याच्या आणि ती गुप्तचर खात्याकडून पाठवून मग तेथून स्कॉटलंड यार्ड व सरकारी वकिलाकडे पाठवण्याच्या अवधीत आणि मेजर स्मिथला पोलीस पहाऱ्यात लंडनला पाठवण्यासाठी लागणाऱ्या या काही आठवड्यांच्या अवधीत, जर– त्याची जन्मठेपेची, तुरुंगाची शिक्षा रद्द होऊ शकली तर तो फार मोठा भाग्यवान ठरला असता.

आणि हे सर्व केवळ त्या सकाळी साडेदहा वाजता किंग्जस्टनहून टॅक्सीने आलेल्या एका व्यक्तीमुळे. ज्याचं नाव होतं बाँड, कमांडर जेम्स बाँड.

दिवस तसा नेहमीसारखाच सुरू झाला होता. मेजर स्मिथ त्याच्या गाढ झोपेतून उठला, दोन पॅनॅडॉल गोळ्या घेतल्या, (त्याच्या हृदयाच्या अवस्थेमुळे ॲस्पिरीन घेण्यास मनाई होती), शॉवर घेतला आणि छत्रीच्या आकाराच्या बदामाच्या झाडाखाली थोडासाच नाश्ता घेतला आणि नाश्त्यातील उरलेले पक्ष्यांना देण्यात तासभर घालवला. रक्त साकळण्यास अवरोध करणाऱ्या आणि रक्तदाबाच्या गोळ्यांचा नेमून दिलेला डोस घेतला. नंतर अकरा वाजण्याच्या कार्यक्रमापर्यंत, जो आता त्याने काही महिन्यांपासून साडेदहावर आणला होता, डेली ग्लेनर वाचण्यात वेळ घालवला. त्याने कडक ब्रॅन्डी व जिंजरेल हे दारूड्याचे ठरलेले पेय नुकतेच ग्लासात ओतले होते तोच एका गाडीचा आवाज त्याच्या घरासमोरील रस्त्यावर येताना त्याने ऐकला.

त्याची काळी मोलकरीण लूना बागेत आली आणि म्हणाली, 'कोनतरी मानूस भेटाया आलाय, मेजर!'

'नाव काय त्याचं?'

‘काय बा, सांगलं नाय, मेजर. सरकारी हपिसातून आलू असं तुम्हास्नी सांगा म्हनला!

मेजर स्मिथ खाकी शॉर्ट्स आणि सँडल्स अशा वेषात होता. ‘बरंय, लूना. त्याला बैठकीच्या खोलीत बसव आणि सांग मी लगेच येतोय.’ तो म्हणाला आणि मागच्या बाजूने स्वत:च्या बेडरूममध्ये गेला आणि सफेद बुशशर्ट व पँट घातली आणि केस ब्रश केले. सरकारी ऑफिस! आता काय झालं कुणास ठाऊक!

मेजर स्मिथ बैठकीच्या खोलीतून चालत गेला आणि त्याने गर्दनिळा उन्हाळी सूट घातलेल्या एका उंच माणसाला खिडकीशेजारी उभं राहून समुद्राकडे बघताना पाहिलं तेव्हाच त्याला थोडीफार वाईट बातमीची चाहूल लागली. मग जेव्हा तो माणूस त्याच्याकडे बघण्यासाठी वळला तेव्हा त्याचे तीक्ष्ण, गंभीर निळे-करडे डोळे बघताच कळले की त्याचा हेतू ऑफीशियल आहे. आणि त्याच्या प्रसन्न हास्याला प्रतिसाद मिळाला नाही म्हणजे हेतू मैत्रीपूर्ण नाही हे निश्चित. भीतीची शिरशिरी मेजर स्मिथच्या कण्यातून दौडत गेली. त्यांनी येनकेन प्रकारेण शोधून काढले आहे तर!

‘या, या, मि. स्मिथ. तुम्ही सरकारी कार्यालयातून आलात असं कळलं. सर केनेथ कसे आहेत?’

का कुणास ठाऊक पण हस्तांदोलनाचा प्रश्नच आला नाही.

‘मी त्यांना भेटलो नाही. मी दोन दिवसांपूर्वी आलो आहे. बेटाच्या अवतीभोवती फिरत होतो बराच वेळ. माझं नाव बॉन्ड. जेम्स बॉन्ड. मी संरक्षण मंत्रालयातर्फे आलो आहे,’ तो सद्‌गृहस्थ म्हणाला.

पूर्वीची गुप्तहेर संघटनेची मिथ्या गौरव करण्याची लकब, मेजर स्मिथला आठवली. आवाजात मुद्दाम उल्हास दाखवत त्यानं विचारलं, ‘ओ, ती जुनी कंपनी?’

ह्या प्रश्नाकडे दुर्लक्ष केले गेले. ‘इथे कुठे आपण बोलू शकतो?’

‘जरूर, तुम्हाला पाहिजे तिथे बसू. इथे की बागेत? ड्रिंक चालेल नं?’ मेजर स्मिथने हातातील ग्लासमधील बर्फाचा किणकिणाट केला व विचारले.

‘रम आणि जिंजर हे स्थानिक ‘विष’ आहे मी केवळ जिंजर पसंत करतो.’ दारुड्याला सहज येणाऱ्या हळुवारपणाने खोटेपणा बाहेर पडला.

‘नको, थँक्स. आणि इथे ठीक होईल.’ बाँड निष्काळजीपणे महागनी खिडकीच्या कट्ट्यावर रेलून बसला. मेजर स्मिथ खाली बसला. स्थानिक सुताराने एका मळेवाल्याच्या खुर्चीसारखी बनवलेली खुर्ची त्याने आणली होती. तिच्या बुटक्या हातावर दिमाखात त्याने पाय टाकला. ड्रिंकचा कोस्टर दुसऱ्या हातातून बाहेर काढला. ग्लासातून एक मोठा घोट घेतला आणि मुद्दाम स्थिर हाताने लाकडाला केलेल्या भोकात ग्लास सरकवला. समोरच्या व्यक्तीच्या डोळ्यांत सरळ बघत प्रसन्नपणे तो म्हणाला, ‘बरं,

मी काय करू शकतो तुमच्यासाठी? उत्तर किनाऱ्यावर कोणीतरी वाईट कृत्य करत होता आणि तुम्हाला मदतीची जरूर आहे का? परत कामाला जुंपलं गेलं तर आनंद होईल मला. काही जुने नित्यक्रम आठवताहेत मला. पण त्याला खूप दिवस झालेत.'

'मी धूम्रपान केले तर काही हरकत आहे?' बाँडने आधीच स्वत:ची सिगरेट केस हातात घेतली होती. ती केस गनमेटलची व साधारण पन्नास सिगरेट मावणारी होती. हा आपल्यासारखाच या गृहस्थाचा कमकुवतपणा असल्याचे बघून स्मिथला थोडं समाधान वाटलं.

'जरूर माझ्या प्रिय मित्रा!' तो लायटर पेटवू लागला.

'ठीक आहे. थँक्स.' जेम्स बाँडने स्वत:ची सिगरेट पेटवली सुद्धा. 'नाही काही स्थानिक नाही. तू युद्धाच्या अखेरीस केलेल्या संघटनेच्या कामाचं परत स्मरण देण्यासाठी मला पाठवलेलं आहे.' जेम्स बाँड बोलताना थांबला व काळजीपूर्वक स्मिथकडे पाहू लागला. 'मुख्य म्हणजे तू मिसलेनिअस ऑब्जेक्टिव्ह ब्युरोत काम करत होतास त्या वेळेच्या कामाचं.'

मेजर स्मिथ चढ्या सुरात अचानक हसला. त्याला पूर्णपणे व पक्कं माहीत होतं ते. पण ते जेव्हा या गृहस्थाच्या तोंडून बाहेर आलं तेव्हा जखमी व्यक्तीच्या चित्काराप्रमाणे ते हास्य मेजर स्मिथच्या तोंडून बाहेर पडलं. 'अरे देवा रे, धन्य तो ब्युरो. ती एक गंमत होती खरं तर.' तो परत हसला. आता पुढे जे काही वाढून ठेवलयं त्याचा भार छातीवर येऊ लागला. त्यामुळे छातीत कळ येऊ लागली. त्याने खिशात हात घालून बाटली काढून तळहातावर आडवी केली व सफेद टीएनटी गोळी जिभेखाली सरकवली. समोरच्या गृहस्थाच्या चेहेऱ्यावर ताण वाढताना डोळे ज्याप्रकारे बारीक झाले, ते पाहून त्याला गंमत वाटली. ठीक आहे रे प्रिय माणसा, ही काही मृत्यू येण्याची गोळी नाही. तो म्हणाला, 'तुला होतो का आम्लपित्ताचा त्रास? नाही? मी रात्री उशिरापर्यंत पार्टीला गेलो की त्या त्रासाने मी पार गारद होतो. काल रात्री 'जमेका इन'ची पार्टी होती. आपण पंचविशीचे आहोत असं समजणं थांबवलं पाहिजे. जाऊ दे, आपण पुन्हा मिसलेनिअस ऑब्जेक्टिव्ह ब्युरोकडे वळू या. आम्ही फारसे उरलो नाहीत, मला वाटतं!' त्याला छातीतील वेदना पुन्हा त्यांच्या बिळात जाताना जाणवल्या. 'काही कार्यालयीन घटना आहे का?'

जेम्स बाँडने सिगरेटच्या टोकाकडे बघितलं. 'तसंच काही नाही. मला वाटतं तुला माहिती असेल वॉर बुकमधील 'सैन्य' प्रकरण बरचसं मीच लिहिलं आहे. त्याला पुष्कळ दिवस झाले. आज त्यात काही भर घालण्याबद्दल मला शंका आहे!'

'हायरोलच्या मोहिमेबद्दलही नाही का? किट्झब्युएल पासून पूर्वेला मैलावर असलेल्या ओबर ऑरॅक जागेबद्दल?'

ह्या एका नावावर इतकी सर्व वर्षं जगत असल्याने मेजर स्मिथला जोरात हसू आले. 'तो तर जसा लोण्याचा गोळा! अशी कत्तल कधी पाहिलीच नाही. गेस्टापोचे चिवट लोक आणि त्यांची मतं! अधाशी पिअक्कड सगळे. त्यांनी त्यांच्या फायली तयार ठेवल्या होत्या. विनातक्रार दिल्या त्या. मला वाटतं त्यांना वाटलं की त्यामुळे त्यांना सरळ वागणूक मिळेल. आम्ही सर्व एकदा चाळल्या त्या आणि सगळी बाडं म्युनिक कँपला बोटीने पाठवून दिली. शेवटचं मला एवढंच माहीत आहे त्यांच्याबद्दल. त्यातील बरेचसे युद्ध-गुन्हेगार म्हणून फाशी गेले असावे, असं मी समजतोय. साल्झबर्गच्या मुख्य कार्यालयाला सोपवलं सगळं. आम्ही नंतरच्या लपण्याच्या जागेतून पुढे मितरसिल व्हॅलीपर्यंत गेलो.' मेजर स्मिथने दारूचा एक मोठा घोट घेतला व सिगरेट पेटवली. वर बघत उद्गारला, 'अशी एकूण हकीकत आहे.'

'तू नंबर दोन होतास त्यावेळी, मला वाटतं. मुख्य अधिकारी (सीओ) अमेरिकन होता, पॅटन च्या फौजेतील एक कर्नल किंग.'

'बरोब्बर. छान माणूस. मिशीवाला, अमेरिकन न वाटणारा, वाईनबद्दल सर्व माहिती असणारा, बराच सुधारक सुशिक्षित होता.

'मोहिमेबद्दलच्या बातमीमध्ये त्याने लिहिलंय की तू युनिटचा जर्मन भाषातज्ज्ञ असल्यामुळे त्याने सर्व कागदपत्र तुला दिले होते– प्राथमिक नजर टाकण्यासाठी. मग ते सर्व तू त्याला दिलेस का स्वतःच्या निरीक्षणांसह?' जेम्स बाँड थबकला. 'अगदी एकूण एक कागद दिलास त्याला?'

मेजर स्मिथने त्या खोचकपणाकडे दुर्लक्ष केले.

'अगदी बरोबर. बहुतेक नावांच्या याद्या होत्या. गुप्तवार्तेच्या प्रत्युत्तरासाठी असणारं मादक द्रव्य जणू. साल्झबर्गचे सी आय ए चे लोक फार खूष झाले त्या माहितीमुळे. त्यांना पुष्कळ नवीन सल्ले दिलेयत. मला वाटतं, मूळ कागद पडले असतील कुठे तरी. ते सर्व न्यूरेमबर्ग खटल्यासाठी वापरले, मस्तपैकी!' मेजर स्मिथ मागील आठवणीत रमला. 'ते माझ्या आयुष्यातील काही अत्यंत आनंदाचे महिने मिसलेनिअस ऑब्जेक्टिव्ह ब्युरोबरोबर देशभर पळापळीचे. वाईन, बाया आणि संगीत! हेच परत परत म्हणता येईल!'

मेजर स्मिथ हे पूर्ण सत्य बोलत होता. १९४५ पर्यंत घातकी आणि भयावह युद्ध चालू होतं. जेव्हा १९४१ मध्ये कमांडो दल स्थापन झालं तेव्हा तो स्वेच्छेने सामील झाला. रॉयल मरीन्सने त्याला खास कामासाठी नियुक्त केला. माउंटबॅटनच्या हाताखाली संयुक्त लष्करी कारवाईच्या मुख्य कार्यालयात कार्यान्वित झाला. त्याला जर्मन भाषा उत्कृष्ट येत असल्यामुळे (त्याची आई हेडेलबर्गची) खाडीपलीकडील कमांडोकारवाईसाठी उच्चस्तरीय दुभाषाचे, फारशी असूया न वाटणारे काम मिळाले. गेल्या युद्धात ओबीइ (फौज) या भरपूर मोबदला मिळालेल्या खात्यात हे काम दोन

वर्षे करून सुखरूप राहिला हे त्याचे सुदैव! आणि मग जर्मनीला हरविण्याच्या तयारीसाठी 'मिसलेनिअस ऑब्जेक्टिव्ह ब्युरो' हा, गुप्तहेर विभाग व संयुक्त कारवाई यांनी मिळून तयार केला होता. तेथे मेजर स्मिथला लेफ्टनंट कर्नल हा तात्पुरता किताब दिला होता आणि जर्मनीचा पाडाव होताना गेस्टापो व अॅबवेरची गुप्तस्थळं मुक्त करण्याची कामगिरी दिली होती. अमेरिकन फौजेशी बरोबरी करण्यासाठी ओ एस एसला ही योजना अंमलात आणावीच लागली आणि सरतेशेवटी एक-दोन नव्हे तर अशी सहा पथकं बनून जर्मनी व ऑस्ट्रियात शरणागतीचे दिवशी कार्यरत झाली. प्रत्येक पथकात वीस माणसं होती. प्रत्येकाला एकेक शस्त्रसज्ज मोटरकार, सहा जीप्स, एक बिनतारी संदेशवाहक ट्रक आणि तीन लॉरी होत्या आणि त्या SHAEF मधील अँग्लो अमेरिकन मुख्य कचेरीच्या अधिकारात होत्या. ती कचेरी फौजेतील गुप्तहेर आणि SIS व OSS कडून मिळालेल्या लक्ष्यांबद्दल त्यांना माहिती पुरवत असे. मेजर स्मिथ हा 'अ' दलाचा क्रमांक दोन होता. त्या दलाला टायरॉल वाटणीला आले होते, जिथे इटली व पुढे युरोप मधून बाहेर पडण्यासाठी उपयुक्त अशा गुप्त लपण्याच्या जागा भरपूर होत्या. म्हणून एम् ओ बीचे लोक मागावर असलेल्या लोकांनी टालरॉय हे भ्याडांचे क्रमांक एकचे बीळ म्हणून निवडले होते आणि आत्ता मेजर स्मिथ ब्राँडला म्हणाला त्याप्रमाणे त्यांचा वेळ मजेत गेला होता तेव्हा, एकही गोळी न झाडता सर्व काम फत्ते झालं होतं. फक्त मेजर स्मिथने झाडलेल्या दोन गोळ्या सोडून.

'हॅन्स ओबरहौसर हे नाव ऐकून काही लक्षात येतंय का?' बाँड सहजपणे म्हणाला.

मेजर स्मिथच्या कपाळावर आठ्या उमटल्या. तो आठवायचा प्रयत्न करू लागला. 'नाही बुवा काही लक्षात येत.' खरं तर आत्ता सावलीत तापमान ८० अंशच होतं. तरीपण त्याला शिरशिरी आली.

'मी तुमच्या आठवणीला चालना देतो. ज्या दिवशी तुम्हाला ती कागदपत्रं बघायला सोपवली होती त्याच दिवशी तुमच्या छावणीच्या गावच्या टिफेनब्रूनेर हॉटेलमध्ये तुम्ही किट्झब्युएलच्या सर्वोत्तम गिर्यारोहक वाटाड्याबद्दल चौकशी केली होती. तेव्हा तुम्हाला ओबरहौसरचे नाव सुचवले गेले होते. दुसऱ्या दिवशी तुम्ही तुमच्या अधिकाऱ्याकडे एका दिवसाची सुटी मागितलीत. ती तुम्हाला मिळाली होती. दुसऱ्या दिवशी भल्या सकाळी तुम्ही ओबरहौसरच्या लाकडी बंगलीत (शॅले) गेलात. त्याला अटक करून तुमच्या जीपमध्ये घालून नेलेत. आता येतंय का काही लक्षात?'

'तुमच्या आठवणीला चालना देतो.' जर्मन खोटारड्यांना शब्दात पकडण्यासाठी स्वतः मेजर स्मिथने हे वाक्य कितीवेळा बरं वापरलं होतं! स्मिथ स्वतःशी विचार

करू लागला, 'सावकाश विचार कर. गेली कित्येक वर्षं तुला असं काही होणार याची कल्पना आहे.' मेजर स्मिथने साशंकतेने डोकं हलवलं, आणि उद्गारला, 'नाही बुवा लक्षात येत.'

'तो केस पांढरे होऊ लागलेला, दुडक्या चालीने चालणारा, थोडंसं इंग्लिश बोलायचा. कारण युद्धाआधी तो बर्फावरून घसरण्याच्या खेळाचा– स्किईंगचा प्रशिक्षक होता.'

मेजर स्मिथने सरळ त्या थंड, स्वच्छ डोळ्यांत बघितलं. 'माफ करा. मला काहीच आठवत नाही.'

जेम्स बाँडने त्याच्या आतल्या खिशातून एक लहान निळी चामडी वही काढली आणि पानं उलटवली. तो पानं उलटवायचा थांबला. त्यानं वर बघितलं. 'त्यावेळी ८९६७/३६२ या क्रमांकाचं नियमानुसार वेब्ले आणि स्कॉट .४५ शस्त्र तुम्ही बाळगत होता.'

'हो ते नक्की वेब्ले होतं. अगदी फडतूस शस्त्र. आता हल्ली लुगर किंवा जड बेरेट्टासारखं काहीतरी त्यांच्याजवळ असेल. पण मी कधी त्याचा नंबर मांडून ठेवला नव्हता.'

'नंबर बरोबर आहे. तुम्हाला मुख्य कचेरीकडून ते दिल्याची आणि तुम्ही ते परत केल्याच्या तारखा माझ्याजवळ आहेत. तुम्ही दोन्हीवेळी सही केलेली आहे!'

मेजर स्मिथने खांदे उडवले, 'बरंय, तर ती माझीच गन असेल. पण एक विचारू का? हे सर्व कशासाठी चाललं आहे?' आवाजात रागभरला उतावळेपणा ओतत त्याने विचारलं.

जेम्स बाँडने त्याच्याकडे चौकसपणे पाहिलं. आता त्याचा आवाज कडक नव्हता. 'तुला माहीत आहे हे सगळं कशासाठी चाललंय स्मिथ.' तो क्षणभर थांबला व विचार करून म्हणाला, 'तुम्हाला एक सांगतो. मी बाहेर बागेत जातो दहा मिनिटं. सर्व गोष्टींचा विचार करायला तुम्हाला वेळ देतो. मग मला बोलवा.' मग एकेरीवर येत गंभीरपणे म्हणाला, 'सर्व घटना तू तुझ्या शब्दात सांगितल्यास तर सर्व फार सोपं होईल तुझ्यासाठी.' तो दाराकडे चालत गेला आणि बागेत गेला. मागे वळून म्हणाला, 'हे बघ आता फक्त काही फेरफार किंवा तपशील पक्के व्हायचे आहेत. हे बघ काल किंग्स्टनच्या फू बंधूंशी मी बोललो आहे.' तो बाहेर लॉनवर पोचला.

मेजर स्मिथ जरा सैलावला. आता किमान शाब्दिक चकमकी, पुरावे शोधण्याचे प्रयत्न, उडवाउडवी, हे संपलं होतं. हा बाँड जर फू पैकी एकाला जरी भेटला असेल तरी त्यांनी सगळं भांडं फोडलं असेल. आयुष्यभरात कधीही सरकार विरुद्ध कोणत्याही कामात गुंतले नव्हते ते. एकूण काय, आता सर्व घटनेचं फार तर शेपूट बाकी राहिलं होतं.

मेजर स्मिथ झर्रकन उठला. साईडबोर्डमधून जिंजर एल व ब्रँडी काढली आणि जवळजवळ अर्धी-अर्धी ग्लासमध्ये ओतली. थोडा वेळ मिळालाय तर जरा उपभोगून घ्यावं! भविष्यात असे फारसे प्रसंग येणार नाहीत. तो परत खुर्चीत बसला आणि आजच्या दिवसातील विसावी सिगरेट पेटवली. त्याने आपल्या घराकडे दृष्टी टाकली. साडेअकरा वाजल्याचं घड्याळ दाखवत होतं. जर या माणसाला तासाभरात कटवता आलं तर 'आप्तजनां' बरोबर पुरेसा वेळ घालवता येईल. तो बसला आणि पिता पिता स्वत: विचारांना दिशा देऊ लागला. तो स्वत:ची गोष्ट लांबण लावून सांगू शकतो किंवा थोडक्यात सांगू शकतो. मध्ये हवा आणि फुलं, पाईन्स यांचा डोंगरातील गंध याबद्दल घालून किंवा थोडक्यात सांगायची. त्याने थोडक्यात सांगण्याचे ठरवले.

टीफनब्रूनेरच्या त्या प्रशस्त डबल बेडरूममध्ये, जादा पलंगावर बदामी कापडाचे मऊ वेष्टण आणि करडा पेपर पसरवलेला होता तो काही खास गोष्ट शोधत नव्हता. जरा इकडे तिकडे नमुने घेत होता. आणि KOMMANDOSACHE, HOECHST VERTRAULCH अशा लाल अक्षरात खूण केलेल्या जागेवर सर्व लक्ष केंद्रित करत होता. बाकी तसं काही खास नव्हतं. बहुतेक कागदांवर सर्व जर्मन उच्चाधिकाऱ्यांच्या गुप्त बातम्यांच्या हकिकती. मित्रराष्ट्रांची पकडलेली तुटक सांकेतिक लिपी आणि गुप्त ठिकाणांचे पत्ते. अे फोर्सची हीच सर्व मुख्य लक्ष्ये असल्यामुळे मेजर स्मिथने हे सर्व अत्यंत उत्साहाने तपासले होते– अन्न, स्फोटके, पिस्तुले, हेरगिरीच्या नोंदी. गेस्टापोत काम करणाऱ्यांच्या फाईल्सचा प्रचंड खजिना! आणि मग पॅकेटच्या तळाशी, लाल मेणाचं सील केलेलं एक पाकीट होतं. त्यावर लिहिलेलं होतं 'फक्त अंतिम आपत्कालीन वेळी उघडण्यासाठी'. त्या पाकिटात फक्त एक कागद होता. सही नव्हती आणि लाल शाईत थोडे शब्द लिहिलेले होते. शीर्षक होतं VALUTA आणि खाली लिहिलं होतं– WILDE KAISER. FRANZISKANER HALT. 100 M. OESTLICH STEINHUUGEL;. WAFFENKISTE. ZWEI BAR 24 KT. आणि मग सेंटिमीटरमधील मापांची यादी होती.

मेजर स्मिथ नुकत्या गळाला लागलेल्या माशाची गोष्ट सांगावी तसे हात करत होता. प्रत्येक बार जवळजवळ दुप्पटविटेइतका मोठ्ठा होता आणि हल्ली प्रत्येक इंग्लिश पौंडाचं १८ कॅरटचं प्रत्येक नाणं दोन ते तीन पौंडाला विकलं जात होतं! हे तर परमोच्च भाग्य उजळलं! चाळीस-पन्नास हजार किमतीचं! कदाचित शंभरसुद्धा! त्याला कल्पना करता येत नव्हती. पण कोणी कदाचित आत येईल म्हणून थंडपणे आणि वेगाने, त्याने त्या पेपरला व पाकिटाला जळती काडी लावली. राखेची पावडर केली आणि टॉयलेटमध्ये फेकून फ्लश केली. नंतर त्याने त्याचा ऑस्ट्रियाचा

प्रचंड मोठा कायदेशीर नकाशा काढला आणि क्षणात त्याचं बोट फ्राझिस्कनेर हॉल्टवर होतं. कैसर पर्वताच्या पूर्वेच्या सर्वांत उंच शिखराच्या जरा खाली खूण केलेली होती. हे वस्ती नसलेलं असं गिर्यारोहकांचं आश्रयस्थान होतं. ते दोन शिखरांच्या मधल्या कड्यावर होतं. प्रचंड दगडी दातेरी रांग असलेली कैसर पर्वतराजी किट्झब्युएलला भिडणारं उत्तरेचं क्षितीज होतं आणि तेथे दगडांचा एक मनोरा असणार होता आणि हे सर्व शिंचं फक्त दहा मैलांवर होतं आणि बहुतेक पाच तासांच्या चढावा एवढंच दूर!

अगदी नेमकी बाँडने आता वर्णन केल्याप्रमाणेच सर्व घटनांची सुरुवात झाली होती. तो औबरहौझर या वाटाड्याच्या बंगलीत सक्काळी चार वाजता गेला होता. त्याला अटक केली आणि त्याच्या रडणाऱ्या, विरोध करणाऱ्या कुटुंबाला सांगितलं की त्याला चौकशीसाठी म्युनिक कँपला घेऊन जातोय. जर या वाटाड्याच्या भूतकाळ व चारित्र्याबद्दलची नोंद स्वच्छ असेल तर तो एका आठवड्यात परत येईल. स्मिथने स्वत:चं नाव द्यायला नकार दिला आणि दूरदर्शीपणे त्याने स्वत:च्या जीपवरील क्रमांक लपवले होते. फौजी सरकार किट्झब्युएलला येण्याच्या आत 'ओ' फोर्स त्यांच्या रस्त्यावर असेल तोवर हा प्रसंग ताबा घेण्याच्या गुंतागुंतीच्या दलदलीत गाडला गेला असेल.

ओबरहौजर एकदा का त्याच्या भीतीतून बाहेर आल्यानंतर बऱ्यापैकी मैत्रीपूर्ण, गोड माणूस झाला. आणि जसजसा स्मिथ स्किईंग व गिर्यारोहण याबद्दल युद्धापूर्वी अनुभवल्यामुळे माहितीपूर्ण बोलू लागला तसतशी स्मिथच्या मनासारखी दोघांची बरीच मैत्री जमली. त्यांचा मार्ग कुफस्टेनकडे जाणाऱ्या कैसरच्या रांगांच्या पायथ्याशी होता. आता पहाटेच्या लालीनं उजळणाऱ्या शिखरांचे कौतुक करत स्मिथ सावकाश जीप चालवत होता. शेवटी 'सोन्याच्या शिखरा'शी (हे अर्थात स्मिथने दिलेले नाव) वेग कमी केला व तो थांबला. रस्त्याच्या बाजूला गवतात जीप नेली व आपल्या सीटमध्ये मागे वळून पाहात तो सरळ म्हणाला, 'ओबरहौझर, तू मला फार आवडला आहेस. तुझ्या-माझ्या सारख्या आवडीनिवडींवरून, तुझ्या बोलण्यावरून आणि तुझ्याबद्दल माझ्या झालेल्या मतावरून, तू नाझींना मदत केली नव्हतीस असं मला नक्की वाटतं आहे. आता मी तुला सांगतो मी काय करणार आहे. आपण कैसरवर चढण्यात दिवस घालवू या. आणि मग मी तुला किट्झब्युएलला परत घेऊन जातो आणि मी माझ्या अधिकाऱ्यांना कळवतो की तुला म्युनिककडून मोकळे केले आहे.' त्याने प्रसन्न स्मित केले. 'काय कसं काय वाटतंय हे?'

त्या माणसाच्या डोळ्यांत उपकाराचे अश्रू येऊ लागले. 'मी सत्शील नागरिक असल्याबद्दल काही कागदपत्र मिळेल का?' त्याने स्मिथला विचारले.

'जरूर.' मेजर स्मिथची सही पुरेशी आहे. दोघांत करार झाला, जीप एका

रस्त्यावरून नेली आणि रस्त्यापासून लपवून ठेवली. आणि एका निश्चयी चालीत ते चालू लागले. पाईनच्या सुवासाने भरलेल्या टेकड्यांमधून चालू लागले.

स्मिथने चढावासाठी योग्य कपडे घातले होते. त्याच्या बुश जॅकेटच्या आत काही नव्हतं. हाफ पँट, हवाई छत्रीच्या सहाय्याने विमानातून उडी मारणाऱ्या अमेरिकनांना पुरवलेले रबरी तळव्यांचे उत्तम बूट. त्याच्याजवळ ओझं होतं ते फक्त वेब्ले अँड स्कॉटचं. शेवटी ओबरहौजर त्याचा शत्रू होता तरी ओबरहौजरने कोणत्या सहज लक्ष जाणाऱ्या दगडाखाली ठेवण्यास सांगितले नाही. ओबरहौजर त्याच्या उत्तम सुटाबुटात होता. पण त्याची त्याला काही अडचण वाटत नव्हती. मेजर स्मिथला त्याने खात्री दिली की चढण्यासाठी त्यांना दोर वा आकड्यांची जरूर पडणार नाही. आणि सरळ त्यांच्या वरच एक झोपडी आहे तेथे थोडी विश्रांती घेता येईल. झोपडीचे नाव फ्राझिस्कनेर हॉल्ट!

'खरंच आहे?' मेजरने विचारले.

'हो आणि तिच्या खाली एक छोटी बर्फनदी आहे. फार सुंदर. पण तिला वळसा घालून चढू. खूप भेगा आहेत नदीत!'

'असं आहे का?' मेजर स्मिथ विचारमग्न होत बोलला. घामाच्या थेंबांनी आता भरलेल्या ओबरहौजरच्या डोक्याच्या मागील भागाकडे त्याने निरखून पाहिले. 'काही झालं तरी हा साला केवळ क्रॉट किंवा तशाच कुठल्यातरी जातीचा. यांच्यामध्ये एक जास्त किंवा एक कमी असला तरी काय फरक पडतो? एखादा ओंडका पडण्याइतकं ते सोपं होणार होतं.' मेजर स्मिथला फक्त एका गोष्टीची चिंता होती की तो माल डोंगरावरून खाली कसा आणणार याची. त्यानं ठरवलं की काही झालं तरी लगडी पाठीवर लटकवून न्यायच्या. शक्य तो त्या दारूगोळा पेटीला रस्त्यावरून जास्तीत जास्त अंतर घसरवून नेता येईल, दुसरं काय!'

तो लांबलचक, भयाण असा चढ होता. ते जेव्हा चढून वर गेले तेव्हा वृक्षराजींच्या शेंड्यांवर सूर्य तळपू लागला होता आणि ऊन तापलं होतं. आता पुढे सर्व खडक आणि रस्ताही खडकाळ होता. लांबच्या लांब वळणावर मोठे खडक आणि खडी गडगडत उतारावर कोसळत होती. जसजसे ते अंतिम सुळक्याशी जाऊ लागले तसतसा चढ कठीण होऊ लागला. घबराट वाटू लागली. पुढे तो सुळका वरच्या निळाईला छेदून गेला होता. ते दोघे कंबरेपर्यंत उघडे होते. घामाने इतके निथळत होते की तो घाम पायांवरून बुटात जात होता. पण ओबरहौजर लंगडी चाल असूनही बऱ्यापैकी वेगात जात होता आणि जेव्हा ते डोंगरातील एका वेगवान झऱ्याशी पाणी प्यायला व घाम पुसायला थांबले, तेव्हा ओबरहौजरने मेजरचे शारीरिक क्षमतेबद्दल अभिनंदन केले. स्मिथ भविष्य रंगवण्याच्या स्वप्नात बुडालेला होता. तुटकपणे खोटं बोलला की सगळे इंग्लिश सैनिक असेच सक्षम असतात.

आणि ते चालू लागले.

एकदा ओबरहौजरने पकडलेली खडकाची मोठी कपार निखळून पडली. ती वर्षानुवर्षांच्या बर्फ व धुक्यामुळे सैल झालेली होती. धडाडत पर्वतावरून खाली खोल गेली. मेजर स्मिथला एकदम एक विचार मनात आला. 'आजूबाजूला बरीच वस्ती आहे का?' खडक खाली वृक्षराजीत कोसळताना बघत त्याने विचारले.

'कुफ्स्टेनजवळ जाईपर्यंत एक चिटपाखरूही नसतं', ओबरहौजर म्हणाला. त्याने उंच उंच शिखरांच्या रुक्ष रागांकडे निर्देश केला. 'चरणारी जनावरंही नाहीत. पाणी फार थोडं असतं. फक्त गिर्यारोहक येतात इथे आणि युद्ध सुरू झाल्यापासून...' त्याने वाक्य अर्धवट सोडले.

शेवटच्या चढावाखालच्या निळ्या सुळ्यासारख्या हिमनदीच्या काठाने ते गेले. मेजर स्मिथच्या तीक्ष्ण डोळ्यांनी त्या बर्फाच्या नदीतील भेगेची खोली व रुंदी टिपली. 'हो, त्या बरोबर आहेत.' त्यांच्या बरोबर वरती बहुतेक शंभर फुटांवर त्या आश्रयाच्या जागेत, उन्हापावसाने झोडपलेल्या झोपडीच्या फळ्या होत्या. मेजर स्मिथने उताराचा कोन अजमावला. 'हो, ही तर जवळजवळ सरळ बुडीच मारली जाईल. आत्ता करू या की नंतर?' त्याने अंदाज केला व ठरवले 'नंतर.' शेवटच्या भागाच्या आडव्या रस्त्याचा मार्ग फारसा स्पष्ट नव्हता.

ते त्या झोपडीशी बरोब्बर सव्वापाच तासांनी पोचले. मेजर स्मिथ म्हणाला, की त्याला लघुशंकेला जायचे आहे आणि त्याच्या आजूबाजूला अंदाजे पन्नास मैल, उन्हाच्या तापात असलेल्या ऑस्ट्रिया व बवेरिआच्या रम्य देखाव्याकडे लक्ष न देता, सहजपणे त्या कड्याच्या पूर्वेकडे हिंडू लागला. त्यानं पावलांचं अंतर नीट मोजलं. बरोब्बर एकशे वीस पावलांवर दगडाचा एक मनोरा होता. फार पूर्वी स्वर्गवासी झालेल्या कोणा एखाद्या गिर्यारोहकाच्या प्रिय स्मृतीसाठी तो बांधला गेला असण्याची शक्यता होती. मेजर स्मिथला मात्र त्या मनोऱ्याचे मूळ प्रयोजन माहीत असल्यामुळे तो तिथल्या तिथे लगेच मनोरा फोडण्यास अधीर झाला. पण त्याऐवजी त्याने स्वत:चे वेब्ले अँड स्कॉट काढले, नळी तिरकी केली, नळकांडे गरागरा फिरवले. नंतर तो परत मागे चालत गेला.

दहा हजार किंवा त्याहीपेक्षा जास्त उंचीवर असल्याने थंडी होती. ओबरहौजर झोपडीत गेला होता आणि शेकोटी करण्यात गर्क होता.

'ओबरहौजर,' स्मिथ उत्साहाने म्हणाला, 'बाहेर ये आणि मला काही ठिकाणं दाखव. काय सुंदर दिसतंय इथून.'

'जरूर, मेजर.' ओबरहौजर स्मिथच्या मागोमाग झोपडीबाहेर आला. बाहेर आल्यावर खिशात चाचपडू लागला आणि खिशातून पेपरची गुंडाळी काढली. ती गुंडाळी उलगडली तेव्हा आतला कडक, सुरकुतलेला सॉसेज दिसला. तो त्याने

मेजरला देऊ केला. 'आम्ही याला सौल्डॅट म्हणतो', तो संकोचाने बोलला, 'धुरातलं मांस कडक आहे पण चविष्ट आहे' तो हसला, 'जसं पाश्चात्त्य रानटी लोकांच्या चित्रपटात खाताना दाखवतात तसं आहे. काय नाव त्याचं?'

'बिल्टाँग,' मेजर बोलला पण नंतर त्याला थोडा वैतागच आला. 'ते झोपडीत ठेव. आपण दोघं नंतर खाऊ. इकडे ये. आपण इन्सबर्ग गाव बघू शकतो? मला या बाजूचा देखावा दाखव.'

ओबरहौजर झटक्यात झोपडीत जाऊन परत आला. हे दाखव– ते दाखव. लांबवरचा चर्चचा सुळका दाखव. किंवा पर्वताचे शिखर दाखव असे करत असताना मेजर त्याच्या मागेमागे, पण जवळ होता.

ते बर्फनदी वरच्या टोकाशी आले. मेजर स्मिथने त्याचं रिव्हॉल्व्हर काढलं आणि दोन फुटांच्या अंतरावरून हॅन्स ओबरहौजरच्या कवटीच्या मुळाशी पाठीमागून दोन गोळ्या झाडल्या! अचूक! नेमकं लक्ष्य साधलं त्यानं!

गोळ्यांच्या आघाताने तो वाटाड्या पूर्ण आडवा झाला आणि टोकावरून खोल खाली कोसळला. मेजर स्मिथने मान पुढे काढून खाली डोकावून पाहिलं. ते शरीर दोनदा कड्याला आपटलं आणि हिमनदीवर आदळलं. पण नदीच्या भेगेत नव्हे तर खाली अर्ध्या रस्त्यात आणि तेही बर्फाच्या तुकड्यावर! मेजर स्मिथने वैतागून एक सणसणीत शिवी हासडली.

गोळ्यांच्या खोलवर घुमणाऱ्या आवाजाचे प्रतिध्वनी डोंगरात पुढे मागे आले होते ते पूर्ण विरले. मेजर स्मिथने पांढऱ्या बर्फावरचे काळे शिंतोडे एकवार शेवटचे पाहिले आणि घाईघाईने तो टोकापासून मागे आला. जी गोष्ट सर्वांत आधी करणे आवश्यक आहे ती केलीच पाहिजे!

दगडी मनोऱ्याच्या शेंड्यापासून त्याने सुरुवात केली. जणू सैतान मागे लागल्यासारखा तो काम करत होता. ओबडधोबड, जड दगड सगळे सरसकट डावीकडे-उजवीकडे डोंगरावरून खाली फेकत होता. त्याच्या हातातून रक्त यायला लागलं पण त्याचं लक्ष नव्हतं. आता फक्त दोन फूट राहिले असतील आणि काहीच कसं दिसत नाही! शिंचं काहीच नाही? अस्वस्थ मनाने चाचपडत तो उरलेल्या ढिगावर वाकला. आणि मग! ओ ऽ हो! लोखंडी पेटीचा कोपरा दिसला! आणखी थोडे दगड काढले आणि ती पूर्ण तिथे दिसू लागली. वर अजूनही काही अक्षरं दिसत होती. ही वरमॅश दारूगोळा ठेवण्याची छानशी करडी जुनी पेटी होती!

मेजर स्मिथने आनंदाचा एक चित्कार काढला. एका पक्क्या दगडावर तो बसला आणि मग बेन्टलेज, माँटी कार्लो, पेंट हाऊस, फ्लॅट्स, कार्टिअर्स, शँपेन, विशिष्ट माशांची खारावलेली, स्वादिष्ट बनवलेली महागडी अंडी (कॅव्हिअर) आणि

थोडं वेगळं पण गोल्फप्रेमामुळे हेन्री कॉटन गोल्फ सेट, अशा सत्राशे साठ गोष्टींच्या स्वप्नांनी त्याच्या मनात फेर धरला.

स्वप्नांमुळे झिंगलेला मेजर स्मिथ त्या करड्या पेटीकडे दृष्टी लावून तब्बल पंधरा मिनिटं तेथे बसला. नंतर घड्याळाकडे दृष्टी टाकताच झर्रकन पायांवर उभा राहिला. आता पुरावा नाहीसा करायची वेळ झाली. त्या पेटीला धरायला दोन्ही बाजूंनी कड्या होत्या. ती जड असेल हे मेजर स्मिथला अपेक्षित होतं. त्याने मनातल्या मनात त्याच्या संभाव्य वजनाची, आजपर्यंत उचललेल्या सर्वांत जड वस्तूशी म्हणजे युद्धापूर्वी स्कॉटलंडमध्ये पकडलेल्या चाळीस पौंड सालमन माशाशी तुलना केली होती. पण ही पेटी त्याच्याही दुप्पट वजनाची होती. त्याने दगडांच्या शेवटच्या राशीतून जेमतेम काढून तेथे आल्पसच्या पातळ गवतावर ठेवली. हातरुमाल एका कडीत अडकवला आणि कशीबशी ती ओढत कड्यावरून झोपडीकडे आणली. नंतर पेटीवरची दृष्टी न ढळवता तो दगडी पायरीवर बसला. ओबरहौजरने धुरावलेले सॉसेज त्याच्या मजबूत दातांनी तोडले आणि पन्नास हजार पौंड मिळवण्याच्या विचारात गढला. (हा एक अंदाज होता फक्त) त्यासाठी पेटी डोंगराखाली नेऊन नवीन जागी लपवण्याचा विचार करू लागला.

ओबहौजरचं सॉसेज म्हणजे गिर्यारोहकांसाठीचं परिपूर्ण जेवण होतं. कठीण, जाडजूड आणि भरपूर लसूण घातलेलं. त्याचे काही तुकडे मेजर स्मिथच्या दातांत अडकले आणि तो अस्वस्थ झाला. त्याने ते काड्यापेटीच्या काडीने कोरून काढले आणि जमिनीवर थुंकून टाकले. नंतर त्याचं मन गुप्तहेराप्रमाणे चालू झालं. त्याने बारकाईनं दगड व गवतातले ते तुकडे उचलले आणि गिळून टाकले. यापुढे तो एक गुन्हेगार होता. एवढा मोठा गुन्हेगार की जसा बँकेवर दरोडा घालून रखवालदाराला गोळी घालण्यासारखा गुन्हा त्यानं केला होता. खरं तर तो पोलीस होता आणि आता चोर झाला होता. ते त्याने लक्षात ठेवलंच पाहिजे नाहीतर मग तो संपणारच– कार्टिअर ऐवजी मरणच. आत्ता त्याला फक्त अमर्याद परिश्रम घ्यायला पहिजेत. तो तसे परिश्रम घेईल. देवा रे! ते खरंच अमर्याद असतीलच. नंतर तो कायमचा श्रीमंत आणि सुखी होईल. झोपडीत आल्याच्या खुणा नाहीशा करण्यासाठी, हास्यास्पद वाटण्याइतक्या बारकाईने कष्ट घेतल्यानंतर त्याने ती दारूगोळ्याची पेटी खेचत खडकाच्या शेवटच्या टोकाशी नेली. प्रार्थना म्हणत हिमनदीपलीकडे दूर नेम धरून अवकाशात फेकली.

ती करडी पेटी, हळूहळू हवेत पलटी खात खडकाच्या खालच्या पहिल्या उभट उतारावर आपटली, शंभर फूट उडी मारून लोखंडी खणखणाट करीत खडीच्या उतारावर पोचली आणि थांबली. ती उघडली गेली की काय हे मेजर स्मिथ पाहू शकला नाही. काहीही झालं तरी त्याची हरकत नव्हती. त्याच्यासाठी डोंगर

नेमकं तेच करेल कदाचित!

एकदा शेवटचं आजूबाजूला पाहून घेऊन तो कड्यावर गेला. प्रत्येक खाचखळग्यातून काळजीपूर्वक जात होता. प्रत्येकवेळी हाताची व पायांची पकड तपासून घेऊन मग स्वत:चे वजन त्यावर ठेवत होता. खाली येतानाच आत्ताचं त्याचं आयुष्य वर चढतांनाच्या आयुष्यापेक्षा जास्त मौल्यवान होतं. तो हिमनदीपर्यंत गेला आणि पायपीट करत वितळणाऱ्या बर्फावरून जाऊन बर्फाच्या मैदानावरील काळ्या तुकड्याकडे गेला. पाऊलखुणांबद्दल काही काळजी नव्हती. सूर्याने त्या नाहीशा होण्यासाठी थोडेच दिवस पुरतील. तो मृत शरीरापाशी गेला. असे मुडदे त्याने युद्धकाळात पुष्कळ पाहिले होते आणि रक्त वा मोडलेल्या हातापायाचे त्याला काही वाटत नव्हते. त्यानं ओबरहौजचं उरलंसुरलं शरीर जवळच्या खोल बर्फफटीत नेलं आणि ढकललं. नंतर तो काळजीपूर्वक हिमनदीच्या त्या फटीच्या उघड्या भागाभोवती गेला आणि त्या शरीरावर बर्फ फेकला. या कामाबद्दल समाधान झाल्यानंतर त्याने त्याच्या पाऊलखुणा पुन्हा शोधल्या, स्वत:चे पाय त्या जुन्या पाऊलखुणात ठेवत, आणि उतारावरून रस्ता काढत पेटीपर्यंत आला.

हो! डोंगरानं त्याच्यासाठी झाकण नेमकं उघडून ठेवलं होतं. जवळजवळ सहजपणेच त्यानं काडतूस-पेपरचं आवरण फाडून टाकलं. धातूचे दोन मोठ्ठे ठोकळे त्याच्यासमोर चमकले. प्रत्येकावर सारख्याच खुणा होत्या– गरुडाखाली वर्तुळात स्वास्तिक आणि साल– १९४३– रेइशबँक टाकसाळीचे शिक्के. मेजर स्मिथने पसंतीदर्शक मान हलवली. पेपर परत ठेवला आणि एका दगडाने ते वेडेवाकडे झाकण अर्धवट लागण्याइतपत ठोकले. नंतर त्याच्या वेब्लेचा पट्टा एका कडीभोवती बांधला आणि ते विचित्र ओझं स्वत:च्या मागेमागे खेचत डोंगराच्या उताराकडे जाऊ लागला.

आता एक वाजला होता. सूर्य प्रखरपणे त्याच्या उघड्या छातीवर आदळत होता. त्याला स्वत:च्या घामात भाजून काढत होता. त्याचे लाल झालेले खांदे आता जळू लागले होते. चेहेरासुद्धा. मरू दे ते! हिमनदीतून आलेल्या झऱ्यावर तो थांबला. हातरुमाल पाण्यात भिजवून कपाळाला बांधला. मग तो भरपूर पाणी प्यायला आणि पुढे चालू लागला. मधून मधून त्या अवजड पेटीला शिव्या देत होता. कारण ती पेटी त्याच्या पाठून येऊन त्याच्या टाचांवर सतत आपटत होती. परंतु खाली दरीत गेल्यावर ज्या गोष्टींना तोंड द्यावे लागेल, त्यापुढे हे सूर्यामुळे भाजणं, जखमा होणं, ही अस्वस्थता हे सर्व मामुली ठरणार होतं. सध्या उतरताना त्याला गुरुत्वाकर्षणाची मदत होती. पुढे एक मैलभरासाठी तरी त्याला हा स्फोटक माल पाठीवर उचलून न्यावा लागेल. भाजलेल्या पाठीवर त्यामुळे काय अनर्थ ओढवेल या विचाराने मेजर स्मिथ दचकला. 'बरं!' तो हल्लक डोक्याने स्वत:ला

म्हणाला, ‘कोट्यधीश व्हायचं तर इतकं सहन करणं भाग आहे.’

जेव्हा तो पायथ्याशी पोचला आणि ती वेळ आली तेव्हा तो देवदार वृक्षाखाली शेवाळलेल्या किनाऱ्यावर आराम करीत बसला. मग स्वत:चा बुशशर्ट पसरला. पेटीमधून दोन लगडी शर्टाच्या मध्यभागी ठेऊन जेथे शर्टाचे हात खांद्यापासून बाहेर येतात तेथे त्या शेपटात शक्य तेवढ्या घट्ट गाठी बांधून घेतल्या. किनाऱ्यावर एक उथळ खड्डा खणून आणि रिकामी पेटी पुरून टाकल्यानंतर गुडघे दुमडून बसला आणि शर्टाच्या कावडीत डोकं सरकवलं. स्वत:चे हात, मान सुरक्षित राहण्यासाठी दोन्ही बाजूना गाठी ठेवल्या आणि लडबडत पायांवर उभा राहिला. पाठीवर खेचले जाऊ नये म्हणून खूप पुढे वाकला. नंतर स्वत:च्या वजनाच्या अर्ध्या वजनाइतक्या वजनाने चिरडलेला, ओझ्याच्या स्पर्शाने पाठीची होणारी आग, त्याच्या आवळलेल्या पिळवटलेल्या फुफ्फुसातून घासून येणारा श्वास अशा अवस्थेत हमालासारखा, तो हळूहळू झाडांमधून जाणाऱ्या त्या छोट्या रस्त्यावरून फरफटत जाऊ लागला.

आजतागायत त्याला कळलं नाही आहे की त्यादिवशी तो जीपपर्यंत पोहोचला तरी कसा! ओझ्याने परत परत गाठी सैल व्हायच्या आणि त्या लगडी त्याच्या पायाच्या खोबणीवर धडकायच्या आणि वेदनेनं प्रत्येकवेळी डोकं हातात धरून तो मटकन बसत होता आणि पुन्हा नेट धरून चालू लागत होता. परंतु सरतेशेवटी, पावलं मोजण्यावर एकाग्र मन करून आणि प्रत्येक शंभर पावलांवर विश्रांती घेत तो एकदाचा त्या सौख्यपूर्ण छोट्या गाडीशी पोचला आणि तिच्या बाजूला कोसळला. नंतर त्याचा माल त्याला परत सापडणे शक्य होईल अशा खडकांच्या बेचक्यात तो गाडण्याचे काम करून मग स्वत:ला जास्तीत जास्त स्वच्छ करून आता ओबरहौजरचे घर टाळण्यासाठी वळसा घेऊन स्वत:च्या छावणीत परत गेला. हे सर्व झाल्यावर स्वस्तातली स्पॅनची बाटली पिऊन तर्र झाला. खाऊन घेऊन प्रचंड गाढ झोपला. दुसऱ्या दिवशी त्याचे एम ओ बी अे दल मित्तरसिल दरीतून एका नव्या मार्गावर चालू लागले आणि सहा महिन्यांनंतर मेजर स्मिथ लंडनमध्ये परत आला आणि त्याची लढाई संपली.

परंतु त्याचे प्रश्न संपले नव्हते. सोन्याची चोरटी आयात करणं– विशेषत: स्मिथला ज्या प्रचंड प्रमाणात मिळालं त्याची आयात करणं फार कठीण होतं. पण आत्ता त्या दोन लगडी खाडीपलीकडून घेऊन येणं आणि नव्या जागी लपवून ठेवणं फार आवश्यक होतं. म्हणून सैन्य जमवाजमवीचे काम बाजूला ठेऊन सवलतींच्या फायद्यासाठी तात्पुरत्या मिळालेल्या पदाला धरून राहिला. त्यापैकी फौजी गुप्तहेर परवाने महत्त्वाचे होते. जर्मनीच्या म्युनिकच्या ‘मिसलेनिअस ऑब्जेक्टिव्ह ब्युरो’वर ब्रिटिश प्रतिनिधी म्हणून परत जाण्याची व्यवस्था लवकरच करवली.

तेथे सहा महिने कशीबशी नोकरी केली. त्या वेळात त्याने त्याचे सोने एका मोडक्या सूटकेसमधून नेण्यासाठी दोन आठवडी सुट्यांना विमानाने लंडनला गेला. म्युनिक आणि नॉर्थहोल्टच्या विमानतळावरच्या रस्त्याने जाताना, या सूटकेसमध्ये फक्त कागदपत्रे भरली आहेत अशा सहजतेने हाताळायच्या. यासाठी दोन बेनझेड्राईनच्या गोळ्या आणि पोलादी इच्छाशक्ती लागली; पण शेवटी केनसिंग्टनला एका मावशीच्या फ्लॅटच्या तळघरात त्याची संपत्ती सुरक्षित झाली आणि पुढची योजना आखण्यासाठी त्याला अवधी मिळाला. त्याने रॉयल मरीन्सचा राजीनामा दिला. सैन्यातून मोकळा झाला आणि एम् ओ बी दल मुख्यालयात असताना ज्या अनेक मुलींना शय्यासोबत केली होती त्यांपैकी एकीशी लग्न केले. ती पक्क्या मध्यमवर्गीय कुटुंबातील एक सुंदर, चांगल्या वर्णाची, ब्रिटिश नाविक दलातील होती. तिचं नाव मेरी पार्नेल. ॲवनमाऊथ ते किंग्जटन जमेकाला जाणाऱ्या बोटीच्या प्रवासाची त्याने त्या दोघांची तिकीटे काढली. तेथे सूर्य प्रकाशाचा स्वर्ग, उत्तम खाणं आणि स्वस्त मद्यं मिळत असे. युद्धानंतरचे निराशजनक वातावरण, कडक नियम व मजूर सरकार असलेल्या इंग्लंडच्या तुलनेत तो स्वर्गच असेल याबद्दल त्यांचं दोघांचं एकमत झालं. जहाजप्रवास सुरू व्हायच्या आधी मेजर स्मिथने मेरीला त्या सोन्याच्या लगडी दाखवल्या. त्यांच्या वरील रेइशबँकेच्या टाकसाळीचा शिक्का तासून टाकला होता. 'मी फार हुशारी केलीय, प्रियतमे. माझा पौंडावर विश्वास नाही हल्ली, म्हणून मी माझे सर्व रोखे विकले आणि सर्व या सोन्यात गुंतवले. माझा अंदाज बरोबर असेल तर वीस हजार पौंडापेक्षा जास्त किंमत असेल. मग अधूनमधून तुकडा कापून विकला की आपल्याला मजेत आयुष्य घालवता येईल' तो म्हणाला.

मेरी पार्नेलला चलन कायद्याच्या कामकाजाबद्दल फारशी माहिती नव्हती. ती उकीडवी बसली आणि त्या चमकणाऱ्या लगडींवरून तिने मोठ्या प्रेमाने हात फिरवले. नंतर उठून आपले दोन्ही हात मेजर स्मिथच्या गळ्याभोवती टाकले आणि त्याचे चुंबन घेतले.

'तू एक फार छान माणूस आहेस.' तिचे डोळे भरून आले. 'अत्यंत हुषार, देखणा आणि शूर व श्रीमंतही आहेस. मी जगातली सर्वांत नशीबवान मुलगी आहे!'

'ठीक आहे. आपण श्रीमंत आहोतच. पण मला वचन दे, तू. याबद्दल एकही शब्द बोलणार नाहीस. नाहीतर जमेकातील सर्व चोर आपल्या मागे लागतील. कबूल?' मेजरने मेरीला समजावले.

'देवाशपथ कबूल!'

किंग्स्टनच्या पायथ्याशी असलेला प्रिन्सक्लब खरोखर स्वर्गीय होता. सुखासीन

सभासद, उत्तम नोकर, अमर्याद खाणं, आणि स्वस्त मद्य. शिवाय हे सर्व त्या दोघांनी आधी कधीही न भोगलेल्या आश्चर्यजनक उष्णकटीबंधीय कोंदणात. ती दोघं सर्वांचं खूप आवडतं युगुल होतं. मेजरच्या युद्धकाळातील पूर्वतिहासामुळे त्याला शासकीय भवनातील प्रतिष्ठित समाजात प्रवेश मिळाला. त्यानंतरचं त्यांचं आयुष्य म्हणजे न संपणाऱ्या मेजवान्यांचं वर्तुळ ठरलं. त्यांचं आयुष्य म्हणजे मेरीसाठी टेनिस आणि मेजरसाठी गोल्फ– पोलादी हेन्री कॉटन्स गोल्फ सेटच्या सहाय्याने. संध्याकाळी तिच्यासाठी ब्रिज आणि त्याच्यासाठी हायपोकर खेळ. हो, तो खरंच स्वर्ग होता. या उलट त्याच्या मातृभूमीतील लोक डबाबंद अन्न चावत होते. काळ्या बाजारात लबाड्या करत होते. सरकारला शिव्या देत होते आणि गेल्या तीस वर्षांतील सर्वाधिक वाईट हिवाळा सोसत होते.

दोघांना युद्धकाळाकरिता मिळालेल्या रोख इनामामुळे त्यांच्या फुगलेल्या एकत्रित पैशांच्या साठ्यातून स्मिथ युगुलाने सुरुवातीचे खर्च भागवले आणि मेसर्स फू– आयात, निर्यात व्यापारी यांचेशी व्यवहार करण्याचा निर्णय घेण्यासाठी, मेजर स्मिथला काळजीपूर्वक भोवतीची परिस्थिती हुंगण्यास, पूर्ण एक वर्ष लागले. फू बंधू अत्यंत आदरणीय व खूप श्रीमंत होते. जमेकातील भरभराट होत असलेल्या चिनी समाजातील मान्यताप्राप्त कार्याधिकारी होते. त्यांचे काही व्यवहार चिनी परंपरेत आडमार्गी असल्याचा संशय होता. पण मेजर स्मिथने सहजपणे केलेल्या सर्व बारीकसारीक चौकशीतून त्यांच्या विश्वसनीयतेबद्दल खात्री झाली होती. सोन्याची जागतिक किंमत पक्की करणाऱ्या ब्रेटनवूड करारावर सह्या झाल्या होत्या. टँगिअर व मकाओ दोन्ही मुक्त बंदरे वेगवेगळ्या कारणांसाठी ह्या ब्रेटनवूडच्या जाळ्यातून बचावली होती. त्यात सोन्याची किंमत कमीतकमी शंभर डॉलर्स प्रत्येक औंसाला. नव्याण्णव तरी नक्कीच मिळू शकेल आणि जागतिक पक्की झालेली किंमत पस्तीस डॉलर्स होती असा फरक होता हे आता सर्वांना माहीत झाले होते. पूर्वीपासून शेजारच्या मकाओत सोन्याची तस्करी करण्याचे प्रवेशद्वार असलेल्या व हल्लीच भरभराटीला येणाऱ्या हाँगकाँगशी फू नी सोईनुसार व्यापाराला परत सुरुवात केली होती. मेजर स्मिथच्या म्हणण्याप्रमाणे ही सगळी नियोजित संघटना होती. इरसाल साले! त्याची फू बंधूंबरोबर खूप प्रसन्न भेट झाली. लगडींचं परीक्षण करण्याची वेळ येईपर्यंत काही प्रश्न विचारले गेले नाहीत. टाकसाळीचे शिक्के नसल्यामुळे सोन्याच्या मूळ जागेबद्दल नम्रपणे चौकशी करण्यात आली.

‘हे पाहा, मेजर, सोन्याच्या बाजारात सर्व मान्यवर राष्ट्रीय बँकेचे आणि जबाबदार विक्रेत्यांचे टाकसाळीचे शिक्के अजिबात प्रश्न न विचारता स्वीकारले जातात. असे शिक्के सोन्याच्या उत्तम प्रतीची खात्री देतात. परंतु काही इतर बँका आणि विक्रेते यांच्या शुद्धीकरण पद्धती बहुतेक ‘फारशा’– असे म्हणू या–

बिनचूक नसतात.' दोन भावांपैकी वयस्क व शांत दिसणाऱ्या भावाने मोठ्या रिकाम्या महागनी डेस्कमागून हास्यमुखाने म्हटले,

'म्हणजे तुम्हाला ही पूर्वीची सोन्याची विटेची फसवाफसवी वाटतेय का, की सोन्याचा मुलामा दिलेला लोखंडी ठोकळा?' मेजर स्मिथ काळजीच्या चटक्याने म्हणाला.

दोन्ही भावांनी त्याला चुचकारत म्हटले, 'नाही नाही मेजर. तो प्रश्नच नाही आहे. पण जर तुम्हाला या लगडीचं मूळ आठवत नसेल तर मग आम्हांला त्याचा कस लावून बघावा लागेल. त्याला तुमची हरकत नसावी बहुतेक. त्यांचे चेहेऱ्यावरचे हास्य कायम होते. अशा लगडींचा अचूक कस पडताळण्याच्या विशिष्ट पद्धती आहेत. आम्ही दोघे या पद्धतीत निष्णात आहोत. या लगडी आत्ता आमच्याजवळ ठेवून जाऊन मग जेवणानंतर परत आलात तर काम होऊन जाईल.

याला दुसरा काही पर्याय नव्हता. मेजर स्मिथला फू वर पूर्ण विश्वास ठेवणे भाग होते. ते काहीही किंमत ठरवोत, त्याला ती स्वीकारणे भाग पडणार होते. तो 'मायार्टल बँक' लीकडे गेला आणि एक दोन पेग कडक मद्य घेतलं, एक सँडविच घेतलं. ते त्याच्या घशाखाली उतरत नव्हतं. नंतर तो फू च्या थंडगार कार्यालयात गेला.

देखावा पुन्हा सगळा तोच होता. दोघे हसतमुख भाऊ, सोन्याच्या त्याच दोन लगडी आणि ब्रीफकेस. पण आता एक कागदाचा कपटा व एक सोनेरी पार्कर पेनही मोठ्या भावासमोर होती.

'आम्ही तुमच्या सोन्याच्या लगडींचा प्रश्न सोडवला आहे, मेजर! ('उत्तम! थँक गॉड', मेजर स्मिथने मनात विचार केला) आणि याचा संभाव्य इतिहास कळला तर तुम्हाला आवडेल याची मला खात्री आहे.'

'हो, जरूर,' मोठ्या धैर्याने उत्साह दाखवित मेजर स्मिथ म्हणाला.

'त्या लगडी जर्मन आहेत, मेजर. कदाचित युद्धकाळातील रेईश बँकेतील. त्यात दहा टक्के शिसं आहे. त्यावरून आम्ही हा तर्क केला. हिटलरच्या राज्यात ही रेईश बँकेची विचित्र सवय होती सोन्यात अशा पद्धतीने भेसळ करण्याची. विक्रेत्यांना ह्या पद्धतीबद्दल लवकरच माहिती झाली– जर्मन सोन्याची. उदाहरणार्थ, बऱ्याच लगडी स्वित्झर्लंडच्या बाजारात आल्या, त्यांची किंमत त्यानुसार जुळवून कमी लावली जाऊ लागली. या जर्मन मूर्खपणाचा परिणाम असा झाला की शतकानुशतके प्रामाणिक व्यवहार करण्याचा जर्मन राष्ट्रीय बँकेने कमावलेला नावलौकिक धुळीला मिळाला.' त्या चिनी माणसाचे स्मितहास्य बदलले नाही. हा फारच वाईट व्यवहार होता मेजर. पूर्ण मूर्खपणा!'

आतापर्यंतची या दोघांची सर्वज्ञता मेजरला मोहवून गेली. परंतु त्याने त्यातील

स्वत:चा तोटा जाणवून मनात शिव्याशापही दिले. पण आता काय? 'श्रीयुत फू, हे फारच मनोरंजक आहे. पण ही बातमी माझ्यासाठी काही फारशी चांगली नाही! म्हणजे या लगडी 'अस्सल जातकुळीच्या' नाहीत. अर्थात जे काही तुमच्या सोन्याचांदीच्या जगतात तुम्ही म्हणाल ते प्रमाण.' मेजर म्हणाला.

मोठ्या फू ने उजव्या हाताचा पंजा उडवून थोडा 'जाऊ दे' अशा अर्थाने अविर्भाव केला. 'त्याला फारसं महत्त्व नाही मेजर. आम्ही तुमचं सोनं टाकसाळीच्या खऱ्या भावात विकू. समजा सरळ एकोणनव्वद. ते शेवटच्या ग्राहकाने शुद्ध केलं असेल की नसेल त्याच्याशी आम्हांला कर्तव्य नाही. आम्ही खरी पावती दिली असती.'

'पण कमी किंमतीची!'

'हो, तसंच आहे मेजर. पण मला वाटतं माझ्याकडे तुमच्यासाठी एक चांगली बातमी आहे. ह्या दोन लगडींच्या किमतीबद्दल तुमचा काय अंदाज आहे?'

'मला वाटतं वीस हजार पौंड.'

थोरला फू गालातल्या गालात हसला. 'मला वाटतं जर आम्ही हे सावकाश आणि हुशारीनं विकलं तर तुम्हाला एक लाखांवर डॉलर्स मिळतील, मेजर. आमचं कमिशन, वाहतूक व प्रासंगिक खर्च लक्षात घेता...'

'ते किती असतील?'

'आम्ही दहा टक्के रकमेचा विचार करत होतो मेजर. अर्थात तुम्हाला ती योग्य वाटत असेल तर!'

मेजर स्मिथला कल्पना होती की सोन्याच्या दलालांना एक टक्का कमिशन मिळत असे. पण काय बिघडतं? जेवणापासून आत्तापर्यंतच्या वेळात त्याने दहा हजार पौंड मिळवल्यासारखेच आहेत. तो म्हणाला, 'ठरलं!' आणि उठून त्याने डेस्कवरून हात पुढे केला.

त्या घटनेनंतर प्रत्येक तिमाहीला, तो रिकामी सूटकेस हातात घेऊन फू च्या कार्यालयात भेट देई. त्या मोठ्या डेस्कवर, जमेकाचे नवीन पाच हजार पौंडाचे व्यवस्थित केलेले बंडल, हळूहळू इंचा-इंचानी कमी होणाऱ्या दोन लगडी, मकाओत मिळालेल्या किमतीचा व विकलेल्या भागाचा खुलासा. टाईप केलेला कागद असे सर्व असे. ते सर्व फार सरळ, मैत्रीपूर्ण पण अत्यंत व्यावसायिक पद्धतीने केलेले असे आणि त्यात दहा टक्के कमिशन व्यतिरीक्त इतर काही पिळवणूक होतेय असे मेजर स्मिथला वाटत नव्हते. नाहीतरी त्याबद्दल त्याला पर्वा नव्हती. सर्व वगळता दोन हजार मिळाले की त्याला पुरेसे होते. त्याला फक्त आयकर खात्याचे लोक मागे लागतील त्याची काळजी वाटत होती. ते विचारतील, 'तू जगतोयस कशावर?' त्याने ही शक्यता फूंना बोलून दाखवली. पण त्याने ती

काळजी करू नये असे त्यांनी सांगितले आणि पुढच्या दोन तिमाहीत पाचशे ऐवजी तीनशे पौंड टेबलावर होते, पण दोन्ही बाजूंनी त्यावर काहीही भाष्य केले गेले नाही. 'पिळवणूक' योग्य वाटली गेली होती.

आणि मग सुखासीन, सुस्तावलेले, सूर्यप्रकाशाचे दिवस सरू लागले आणि वर्षेही सरू लागली. स्मिथ जोडप्याचे वजन वाढले आणि मेजर स्मिथच्या हृदयरोहिणीतील दोन रक्तगाठींपैकी पहिली गाठ आली. डॉक्टरने त्याला सिगरेटी व मद्य कमी करण्यास सांगितले. आयुष्य जरा जपून जगायला सांगितले. त्याने स्निग्धपदार्थ व तळलेले पदार्थ टाळणे आवश्यक ठरले. सुरुवातीला मेरी त्याच्याशी कडक वागण्याचा प्रयत्न करत होती. मग जेव्हा त्याने चोरून मद्यपान सुरू केले, आणि क्षुल्लक गोष्टींतही खोटं बोलणं आणि उडवाउडवी करणं असं आयुष्याचं रूप झालं तेव्हा त्याच्या लाडावलेल्या आयुष्यावर नियंत्रण करण्याच्या प्रयत्नापासून तिने स्वत:ला आवरलं, पण तिला उशीरच झाला. ती केवळ पालक ठरली होती मेजरच्या दृष्टीने. त्याने तिला टाळायला सुरुवात केली होती. तो आता तिच्यावर प्रेम करत नाही अशी तिने त्याची खरडपट्टी काढली आणि परिणामत: तिच्या सरळ स्वभावाला ह्या कुरबुरी असह्य झाल्यावर ती झोपेच्या गोळ्यांच्या आधीन झाली. एकदा झिंगलेल्या अवस्थेतील, दाहक भांडणानंतर तिने केवळ त्याला धडा शिकवण्यासाठी जादा डोस घेतला. तो फारच जास्त म्हणून मारक ठरला. आत्महत्या दडपून टाकली गेली. पण परिणामवश झालेलं गढूळ समाजवातावरण मेजर स्मिथसाठी ठीक राहिलं नाही आणि तो उत्तर किनाऱ्यावर परतला. त्या बेटाच्या राजधानीपासून फक्त तीन मैलांवर होता तो. पण तरी जमेकाच्या छोट्या समाजातही फार वेगळे जग असलेल्या अशा या उत्तर किनाऱ्यावर परतला. आता तो वेव्हलेटसमध्ये वास्तव्य करीत होता. आणि त्याच्या रोहिणीतील दुसऱ्या रक्तगाठीनंतर मरणाचं मद्यपान करण्यात वाहवला होता. नेमका तेव्हाच हा बॉंड नावाचा गृहस्थ उगवला होता, मरणाचाच पर्यायी हुकूम खिशात घेऊन.

मेजर स्मिथने स्वत:च्या घड्याळाकडे पाहिलं. बारा वाजून काही मिनिटं झाली होती. तो उठला आणि स्वत:साठी आणखी एक कडक ब्रँडी आणि जिंजरेल ओतली आणि बाहेर हिरवळीवर गेला. जेम्स बॉंड समुद्राकडे बघत बदामाच्या झाडाखाली बसला होता. मेजर स्मिथने दुसरी अल्युमिनिअमची बागेतली खुर्ची ओढली आणि मद्याचा ग्लास शेजारी गवतावर ठेवला तेव्हाही त्याने वर बघितलं नाही. जेव्हा मेजर स्मिथनं हकिकत सांगणं संपवलं, तेव्हा बॉंड भावनाशून्य स्वरात म्हणाला, 'हो ऽ हे थोडंफार मी अंदाज केला होता तसंच झालं आहे.'

'मी हे लिहून सही करून देऊ का?'

'तुला हवं तर तसं करू शकतोस. पण माझ्यासाठी नव्हे तर कोर्ट मार्शलसाठी—

लष्करी न्यायालयासाठी होईल ते. तुझे जुने सहकारी ते सर्व बघतील. कायद्याच्या बाजूबद्दल मला काहीच करायचं नाही. तू मला जे सांगितलंयस त्याचा माझ्या खात्याला मी लेखी अहवाल देईन आणि मग ते तो रॉयल मरीन्स– नौसेनादलाला पुढे देतील. नंतर मला वाटतं तो स्कॉटलंड यार्डमार्गे सरकारी वकिलाकडे जाईल.'

'मी एक प्रश्न विचारू?'

'जरूर'

'त्यांनी शोधूनं कसं काढलं?

'ती हिमनदी लहान होती. ओबरहौजरचं शव तिच्या तळातून बाहेर आलं, या वर्षाच्या सुरुवातीला. जेव्हा वसंतऋतूत बर्फ वितळलं तेव्हा काही गिर्यारोहकांना सापडलं ते. त्याचे कागदपत्र व सर्वच सुरक्षित होतं. त्याच्या कुटुंबानं ओळखलं त्याला. मग फक्त धागेदोरे जुळवण्याचंच काम होतं. गोळ्यांनी सर्वांवर शिक्कामोर्तब केलं.'

'पण तू या सगळ्या भानगडीत कसा काय पडलास?'

'एम ओ बी दल ही माझ्या खात्याची जबाबदारी होती. ते कागद आमच्यापर्यंत आले. मी फाईल पाह्यली. माझ्याजवळ हाताशी थोडा जादा वेळ होता. हे काम करणाऱ्या माणसाच्या मागावर जाण्याचं काम मला देण्यासाठी मी विचारलं.'

'का?'

जेम्स बाँडने चौकसपणे मेजर स्मिथच्या डोळ्यांत बघितलं.

'त्याचं असं झालं की, ओबरहौजर माझा मित्र होता. युद्धाआधी त्यानंच मला स्किईंग शिकवलं होतं. तेव्हा मी विशीच्या आतला मुलगा होतो. तो सद्गृहस्थ होता. बरोबर माझ्या जरुरीच्या वेळी वडिलांसारखा माझ्यामागे उभा राहिला होता.'

'अरे, असं का!' मेजर स्मिथ नजर चुकवत म्हणाला, 'माफ कर मला.'

जेम्स बाँड उठला आणि म्हणाला, 'बरंय, मी किंग्स्टनला जातो परत.' मेजरने त्याचा एक हात धरला. 'नको त्रास घेऊ नकोस, मी गाडीपर्यंतचा रस्ता शोधेन!' त्याने खाली बसलेल्या म्हाताऱ्या मेजरकडे बघत म्हटले. तो बहुतेक त्याचा गोंधळ लपवायला असावे असे मेजरला वाटले. तुटकपणे पण जवळपास कडकपणे म्हणाला, 'साधारण एक आठवड्यात ते तुला घरी आणण्यासाठी कोणाला तरी पाठवतील.' जेम्स बाँड नंतर हिरवळीवरून आणि घरामधून चालत गेला. सेल्फ स्टार्टर चा आवाज आणि गाडीमुळे खराब रस्त्यावरील वाळूचा होणारा आवाज मेजर स्मिथने ऐकला.

समुद्राच्या खडकांमध्ये भक्ष्याचा शोध घेताना मेजर स्मिथ आश्चर्य करत होता

की बाँडच्या या शेवटच्या शब्दांचा नेमका काय अर्थ असावा? पिरेली मुखवट्याच्या आत त्रासिकपणे त्याने ओठ कळकट दातांवरून मागे ओढले. खरंच ते तर स्पष्ट होतं. अपराधी अधिकाऱ्याला पिस्तुलासह एकटं सोडण्याच्या जुन्या मुरब्बी क्लृप्तीची ही फक्त नवी आवृत्ती होती. जर त्या बाँडनं ठरवलं असतं तर सरकारी कार्यालयाला एक फोन करून जमेका पलटणीच्या अधिकाऱ्याला बोलवला असता आणि मेजर स्मिथला ताब्यात घेतलं असतं. एका अर्थी हा त्याचा सभ्यपणा होता. पण खरंच सभ्यपणा होता का? आत्महत्या नीटनेटकी होऊ शकेल. बरेचसे कागदपत्रांचे काम वाचेल. करदात्यांचा पैसा वाचेल. त्याने काम सुरळीत करून बाँडवर उपकार करावे का? आत्महत्या केलेले जेथे कुठे जात असतील तेथे मेरीला जाऊन भेटावे का? की अवहेलना, तांत्रिक बाबींची कंटाळवाणी पूर्तता, बातम्यांचे मथळे, वैताग, जन्मठेपेचा रटाळपणा, जिचा शेवट नक्कीच तिसऱ्या रक्तगाठीत होईल. मग या सर्वांतून जायचे? की स्वत:चा बचाव करायचा– युद्धवेळेबद्दलची सबब सांगायची? की सोन्याच्या कड्यावर ओबरहौजरशी झगडा, कैद्याने पळून जाण्याचा प्रयत्न करणे, ओबरहौजरला सोन्याचा साठा माहीत असणे, सोनं मिळवण्याचं स्मिथला वाटलेलं नैसर्गिक आकर्षण की तो स्वत: कमांडोचा एक गरीब अधिकारी अचानक अचाट ऐश्वर्याला सामोरा जाण्याचं सांगायचं? त्याने नाटकीपणाने लष्करी न्यायालयात दयेची भीक मागायची? अचानक मेजर स्मिथने मन:चक्षूंसमोर स्वत:ला नौसेनेच्या गोदीत पाह्यलं. भव्य, सरळ आकृती, लष्करी न्यायालयाच्या पारंपरिक पोषाखात, सुंदर पदकं काढून टाकलेल्या निळ्या शेंदरी कर्मठ गणवेषात. (वेव्हलेटसच्या अडगळीच्या खोलीतील जादा वॉर्निश लावलेल्या पेटीला शेवाळ आलंय की, ओल आलीय, ते लुनाला बघायला सांगितलं पाहिजे. एखाद दिवस ऊन आलं तर उन्हात टाकला पाहिजे. चांगला ब्रशनं साफ केला पाहिजे. त्याच्या चिलतानासारख्या अंतर्वस्त्राच्या सहाय्यानं आताची चाळीस इंची कंबर, तो ग्रीव्हजने वीस-तीस वर्षांपूर्वी शिवलेल्या चौतीस इंची पँटीत घालू शकेल) आणि कोर्टाच्या जागी, बहुतेक चॅथॅम येथे, कमीतकमी कर्नलच्या हुद्द्याचा कोणी करारी माणूस, कैद्याचा मित्र, मेजरच्या वरिष्ठपणाचा आदर ठेऊन, त्याच्या हेतूबद्दल कळकळीने बोलेल; आणि शिवाय नेहमीच वरच्या कोर्टात खटला नेण्याची शक्यता असते. एवढंच नव्हे तर ते सगळं प्रकरण उत्सव करण्यायोग्य ठरू शकतं. वर्तमानपत्राला तो त्याची गोष्ट विकू शकतो. त्याला पुस्तकही लिहिता येईल! मेजर स्मिथला भावना उत्तेजित होताहेतसे जाणवू लागले. 'जपून, सांभाळून, वृद्ध मुला! आठव तो सौदेबाज काय म्हणाला!' स्मिथने पाय जमिनीवर ठेवला आणि उत्तर दक्षिण वाऱ्याने नाचणाऱ्या लाटांमध्ये आराम वाटला. हे वारे ऑगस्ट, सप्टेंबर, ऑक्टोबर ह्या वादळी मोसमापर्यंत उत्तर किनाऱ्याला सुखदायी थंड ठेवतात. दोन तांबूस

जिन प्यायल्यानंतर, अपुऱ्या जेवणानंतर आणि सुखाने गच्च ओली अशी वामकुक्षी झाल्यानंतर आपल्याला या सगळ्याचा काळजीपूर्वक विचार करावा लागेल. आणि मग अरूवदेलबरोबर कॉकटेल्स आणि मर्चेसिसबरोबर शाँ पार्क बीच क्लबमध्ये रात्रीचे जेवण होते. मग थोडं हाय ब्रिज आणि घरी जाऊन मस्त झोप. दररोजच्या परिचित दिनचर्येच्या आठवणीने उत्तेजित झाल्याने बाँडची भयावह काळी छाया मागे हटली. 'अरे विंचू माशा, कुठे आहेस तू? ऑक्टोपुसी तिच्या मेजवानीसाठी थांबली आहे!' मेजर स्मिथनं डोकं खाली घातलं आणि त्याचं मन ताजंतवानं होऊन एकाग्र झालं. डोळे चौकस झाले. सफेद काठाच्या प्रवाळांच्या किनाऱ्याकडे जाणाऱ्या पोवळ्यांच्या झुडुपांमध्ये त्याचं पोहणं शांतपणं चालू होतं.

अगदी एकदम त्याने दोन काटेरी मिश्या उभारलेल्या पाहिल्या. झिंग्याच्या किंवा त्याच्या वेस्ट इंडियन लँगोस्टे या चुलतभावंडाच्या असाव्या. तो चौकसपणे त्याच्याकडे येत होता. त्याच्या काळ्या डोक्याखालच्या भेगेमुळे होत असलेल्या पाण्यातील खळबळीकडे येत होता. मिश्यांच्या जाडीवरून तो खूप मोठा, निदान तीन किंवा चार पौंड असेल. मेजर स्मिथने पाय खाली ठेवला असता आणि समोरची वाळू हळुवारपणे हलवली असती, झिंग्याला पुढे बोलवायला. कारण ते अती चौकस कुटुंबातील असतात त्यामुळे तो हालचालीबद्दल कुतूहल वाटून पुढे आला असता. मग त्याला डोक्यात भाल्याचा वार करून जेवणासाठी नेला असता. पण आज फक्त एकाच भक्ष्याबद्दल त्याच्या मनात विचार होते. एकाच आकारावर लक्ष केंद्रित करायचं होतं. वृश्चिक माशाचा केसाळ, खडबडीत, वेडावाकडा आकार. आणि दहा मिनिटांनी त्याने पाहिला तो. समुद्री झुडपांचा गुच्छ पांढऱ्या वाळूवर उगवला होता जणू. पण तो गुच्छ नव्हता. स्मिथने हळूच पाय ठेवले त्यावर. ताबडतोब त्याच्या पार्श्वभागातून विषारी काटे उंच उभे राहिलेले स्मिथने पाहिले. तो आकाराने चांगला मोठा होता. बहुतेक पौंडापेक्षा थोडाच कमी असेल. त्याने त्रिशूळ भाला तयार ठेवला आणि तो पुढे सरकला. आता माशाचे रागावलेले लाल मोठ्ठे डोळे उघडले आणि निरखून पाहू लागले. फक्त एक धक्का उभ्याने पटकन् मारला पाहिजे. नाहीतर, काटेरी अणकुचीदार दाते, सुईसारखे तीक्ष्ण असलेले, त्या पशूच्या शिंगासारख्या डोक्यातून सरकन् वर नक्कीच उपसले जातील हे त्याला अनुभवानं माहीत होतं. त्याने जमिनीवरून पाय उचलून झुलवले आणि त्याचा मोकळा हात वल्ह्यासारखा वापरत सावकाश समुद्रात अनवाणी चालू लागला. त्याने मागेपुढे धक्के मारले. पण त्या विंचूमाशाला भाल्याच्या धक्क्याची लहर जाणवली होती. वाळूत खळबळ झाली आणि तो एकदम उड्डाणाच्या तयारीत उभाच्या उभा वर आला आणि सूं सूं आवाज केला. हुबेहूब पक्षी उडण्यासारखा, तोही स्मिथच्या पोटाखाली.

मेजर स्मिथचा तळतळाट झाला. तो पाण्यात गोल गर्रकन फिरला. आणि सहसा मासे जी प्रतिक्रिया दाखवतात तीच या माशाने दाखवली. तो आश्रयासाठी समुद्री झुडपाने झाकलेल्या जवळच्या खडकाकडे गेला आणि तेथील मायावरणात लपण्याबद्दल पूर्ण विश्वास असल्यामुळे समुद्री झुडपात स्थिरावला. मेजर स्मिथला फक्त काही फूट पोहत पुढे जावे लागले. यावेळी जास्त अचूक भोसकावे लागले. आणि भाल्याच्या टोकापाशी तडफडणारा, वळवळणारा असा तो मिळालाच.

सर्व आवेश आणि थोडा श्रमाचा थकवा यामुळे मेजर स्मिथचा ऊर धपापायला लागला आणि त्याला छातीत जुनी दबा धरून बसलेली वेदना बाहेर येऊ पाहतेय, असं लक्षात आलं. त्याने पाय खाली ठेवले आणि पाण्याबाहेर भाल्याच्या टोकावर जिवाच्या आकांताने अजून तडफडणाऱ्या माशात भाला अडकवून धरून ठेवला. मग हळूहळू चालत परत खाऱ्या पाण्याच्या सरोवराकडे गेला आणि समुद्रकिनाऱ्यावरील वाळूवर चालत जाऊन फरसदृश समुद्री झुडपाखालील लाकडी बाकापर्यंत गेला. नंतर टोकावर उसळणाऱ्या शिकारीसह भाला वाळूवर टाकला आणि विश्रांतीसाठी खाली बसला.

त्यानंतर बहुधा पाच मिनिटांनंतर, मेजर स्मिथला शरीरभर एकप्रकारचा चमत्कारिक सुन्नपणा जाणवला. त्याने सहज खाली पाहिलं आणि त्याचं सर्व शरीर भीतीनं आणि अविश्वासानं ताठ झालं. त्याच्या रापलेल्या रंगाखालचा त्वचेचा पट्टा, साधारण क्रिकेट बॉलच्या मापाइतका भाग पांढरा पडला होता. पट्ट्याच्या मध्यावर उतरती तीन भोकं व त्यावर रक्ताचे बारीक थेंब दिसत होते. स्वाभाविकच मेजर स्मिथने रक्त पुसले. ती भोकं फक्त टाचणीच्या अग्राइतकी होती. पण स्मिथला विंचू-माशाचं उभरतं उड्डाण आठवलं आणि तो हताश आवाजात न रागवता मोठ्याने उद्गारला 'साल्या, अखेर तू मला पकडलंस!'

मग तो स्तब्ध बसला. आपल्या शरीराकडे बघत असताना त्याला आठवलं ते एक पुस्तक. संस्थेतून आणलेलं आणि कधीच परत न केलेलं, अमेरिकन प्रकाशन असलेलं, 'धोकादायक समुद्री प्राणी' हे पुस्तक. त्यात विंचूमाशाच्या नांगीबद्दल माहिती होती ती आठवू लागली. भोकांच्या आसपासच्या सफेद भागाला स्मिथने हळुवारपणे स्पर्श केला आणि नंतर बोटाने ढोसलं. हो, त्वचा पूर्ण सुन्न बधिर झाली होती आणि आता वेदनेचे ठोके त्याखाली धडधडण्याची सुरुवात झाली होती. ती थोड्या वेळात बंदुकीच्या गोळीसारखी तीव्र वेदना होईल. मग ती सर्व शरीर भाल्यासारखी चिरत सुटेल आणि इतकी तीव्र होईल की असह्य होऊन तो स्वतःला वाळूवर झोकून देईल. ओरडत, झोडपत, गडबडा लोळत स्वतःला त्यातून सोडवायला बघेल. त्याला उलटी होईल, तोंडाला फेस येईल आणि मग बेशुद्धी आणि फेफरं त्याचा ताबा घेतील. ते अगदी पूर्ण शुद्ध हरपेपर्यंत. नंतर

त्याच्या बाबतीत अनिवार्य असं घडेल ते म्हणजे हृदय बंद पडेल व मृत्यू उद्भवेल. पुस्तकानुसार हे सर्व चक्र साधारण पंधरा मिनिटे चालेल. म्हणजे तेवढाच वेळ त्याला उरला आहे. महाभयानक तीव्र वेदनेची पंधरा मिनिटे! त्यावर नक्की उपाय होतो. प्रोफेन, अँटीबायोटिक्स आणि अँटी हिस्टमाईन्स. पण हे जर त्याचं कमकुवत हृदय सहन करू शकलं तर! अर्थात ते हाताशी असणे आवश्यक होतेच. आणि तो जरी घराच्या पायऱ्या चढू शकला असता आणि जर जिमी ग्रीव्हजकडे ही आधुनिक औषधं असली तरी डॉक्टर एका तासाच्या आत वेव्हलेटस्‌ला येऊन पोचणं शक्य नव्हतं.

पहिली तीव्र वेदना मेजरच्या शरीरात उसळली आणि तो दुप्पट वाकला. नंतर पुढची आली, नंतर पुढची, त्याच्या पोटात आणि गात्रागात्रांत पसरू लागली. आणि तोंडात कोरडी व धातूसारखी चव आली आणि ओठ टोचत होते. त्याने वेदनेने एक चित्कार काढला आणि बाकावर कोसळला. डोक्याशेजारी वाळूवर चाललेल्या तडफडीने त्याला विंचूमाशाची आठवण आली. वेदनेच्या झटक्यांमध्ये थोडी शांती आली. त्या जागी त्याला त्याच्या संपूर्ण शरीरात आग लागल्यासारखे वाटू लागले. पण या वेदनेतही त्याचा मेंदू स्पष्ट काम करत होता. होय अर्थातच! प्रयोग! कसेही करून, काहीही करून ऑक्टोपसीकडे जायलाच हवंय त्याला आणि तिला तिचं जेवण द्यायलाच हवं आहे!

'ओऽ पुसीऽ, माझ्या पुसी ग, तुला हे शेवटचं जेवण देईन!'

मेजर स्मिथ हेच स्वत:शी गुणगुणत दोन पाय व दोन हातांवर चतुष्पादासारखा वाकला. त्याने मुखवटा शोधला आणि कसाबसा बळजबरीने स्वत:च्या चेहेऱ्यावर घातला. नंतर, अजूनही वळवळणारा मासा टोकाला अडकलेला भाला पकडला आणि मोकळ्या हाताने पोट दाबत, रांगत, धडपडत, घसरत वाळूवरून पाण्यात गेला. पोवळ्याच्या फटीत ऑक्टोपसच्या बिळांपर्यंत पन्नास यार्ड उथळ पाणी होतं. मेजर त्याच्या मुखवट्यात वेदनेने सतत किंचाळत, कसाबसा गुडघ्यांवर सरकत पण शेवटी पोचला. तो शेवटाशी आला आणि पाण्याची खोली वाढली. त्याला पायांवर उभं राहावं लागलं. वेदनेनं त्याला मागेपुढे नाचवलं, जणू एखाद्या कठपुतळीला दोऱ्यांनी खेळवावं तसं. शेवटी तो तेथे पोचला आणि परमोच्च इच्छाशक्तीच्या प्रयासानं त्यानं स्वत:ला सरळ ठेवलं, डोकं सरळ पाण्यात बुडवलं आणि मुखवट्यात पाणी येऊ दिलं व किंचाळण्यामुळे आलेलं काचेवरचं धुकं स्वच्छ केलं. नंतर चावल्यामुळे खालच्या ओठातून येणारं रक्त ठिबकत असताना तो ऑक्टोपसीच्या घरात बघण्यासाठी खाली वाकला. हो! तपकिरी गठ्ठा अजून तेथेच होता. तो उत्तेजित होऊन हलत होता. का बरं? मेजर स्मिथने स्वत:च्या रक्ताची वर्तुळं गोल फिरत फिरत सावकाश पाण्यातून वाहताना पाहिली. हो अर्थात!

लाडकी माझं रक्त चाखत होती. वेदनेची लहर मेजर स्मिथला तडाखा देऊन गेली आणि तो लोळू लागला. अर्धवट शुद्धीत मुखवट्याआड स्वत:शी बडबडताना त्यानं ऐकलं,

'उठ, सांभाळ, चल डेक्स्टर, वृद्ध मुला! तुला पुसीला जेवण दिलंच पाहिजे.' त्याने स्वत:ला सरळ केलं आणि भाला मुठीला खाली धरत, मासा बिळाच्या तोंडाशी नेला.

पुसी हे आमीष घेईल का? जे मेजर स्मिथला जीवे मारत होतं ते विषारी आमीष. पण त्यापासून ऑक्टोपसला कसलीच बाधा होऊ शकत नाही. इथे बेन्ग्रे बघायला असायला हवा होता! तीन सोंडी उत्तेजित होऊन बिळाच्या बाहेर आल्या आणि विंचूमाशा सभोवार घोटाळल्या. आता मेजरच्या डोळ्यांसमोर करडं धुकं पसरलं होतं. त्याला जाणवलं की तो बेशुद्धीच्या उंबरठ्यावर आहे. आणि ती नाहीशी करायला त्यानं जेमतेम डोकं हलवलं. त्या सोंडींनी झेप टाकली! पण विचूंमाशावर नव्हे! तर मेजरच्या हातावर आणि बाहूंवर. मेजर स्मिथचं तोंड आनंदानं वाकुल्या दाखवल्यासारखं पसरलं. आता त्यानं आणि पुसीनं हात मिळवले होते! किती मज्जा! खरंच कित्ती सुंदर!

परंतु नंतर ऑक्टोपसने शांतपणे, निर्दयीपणे खाली खेचलं आणि मेजर स्मिथला भयावह अनुभव आला. त्याने त्याची उरलीसुरली शक्ती एकवटली आणि भाला खाली ढकलला. पण परिणाम इतकाच झाला की विंचूमासा ऑक्टोपसच्या ढिगात ढकलला गेला आणि शिवाय ऑक्टोपसला जास्तीचा हातही दिला गेला. सोंडी वर येऊन फुत्कारल्या आणि अधिक निर्दयीपणे खेचू लागल्या. मेजर स्मिथने मुखवटा ओरबडला पण उशीर झाला होता. एक दबलेली किंकाळी रिकाम्या किनाऱ्यावर फुटली. मग त्याचं डोकं आत खाली गेलं आणि पाण्याच्या पृष्ठभागावर बुडबुड्यांचा स्फोट झाला. मग मेजरचे पाय वर आले आणि छोट्या लाटा त्याचं शरीर मागेपुढे हेलकावू लागल्या. त्यावेळी ऑक्टोपसनं आपल्या तोंडानं त्याचा उजवा हात शोधून काढला आणि चोचीसारख्या जबड्यानं बोटाचा सुरुवातीचा पहिला घास घेतला.

होडीतून मासे पकडण्यासाठी गरागरा फिरणाऱ्या दोन जमेकन तरुणांना शव सापडलं. मेजरच्या भाल्यानंच त्यांनी ऑक्टोपसला भोसकलं. त्याची आतली बाजू पलटवून आणि डोकं चेचून पारंपरिक पद्धतीनं मारलं. तिन्ही प्रेतं घरी आणली. मेजर स्मिथचं पोलिसांच्या स्वाधीन केलं. विंचूमासा आणि ते सागरी मांजर संध्याकाळच्या जेवणासाठी उपयोगी आलं. डेली ग्लीनरच्या स्थानिक वार्ताहरानं कळवलं की मेजर स्मिथला ऑक्टोपसनं ठार मारलं. परंतु छापताना पेपरमध्ये 'बुडालेला आढळला' असं छापलं कारण पर्यटकांनी धसका घेऊ नये.

पुढे लंडनमध्ये, जेम्स बाँडनं खाजगीरीत्या 'आत्महत्या' समजून 'बुडालेला आढळला' असंच मत फाईलच्या शेवटच्या पानावर लिहिलं, तारीख टाकली आणि ती जाडजूड फाईल बंद केली.

फक्त शवविच्छेदन करणाऱ्या डॉ. ग्रीव्हजच्या टाचणांवरून, घडलेल्या विलक्षण प्रकाराबद्दल आणि एकेकाळी गुप्तहेर खात्यात मौल्यवान असलेल्या अधिकाऱ्याच्या दु:खद निधनाबद्दल काही ताजा कलम तयार करणे शक्य झाले!

■

पुनर्जन्माची पहाट

बिस्लेच्या पाचशे यार्ड लांबीच्या नेमबाजीच्या सुप्रसिद्ध चांदमारी मैदानात नेमबाजाच्या जागेवर जेम्स बाँड बसला होता. त्याच्या शेजारच्या खुंटीवर ४.४ लिहिलं होतं आणि हाच नंबर लांबवर उंच असलेल्या सहा फुटी चौकोनावरील लक्ष्यावरही लिहिला होता. हा चौकोन मानवी डोळ्यांना उन्हाळ्यातील तिन्हीसांजेच्या संधीप्रकाशात पोस्टाच्या तिकीटापेक्षा मोठा दिसत नव्हता. पण आडून गोळीबार करण्यासाठी बंदुकीवर लावण्यात आलेल्या इन्फ्रा-रेड स्नायपरस्कोपच्या (लालरंगाच्या उष्णतादायक परंतु अदृश्य किरणांच्या दुर्बिणीच्या) भिंगातून पूर्ण दृश्य बाँडला स्पष्ट दिसत होतं. लक्ष्याची विभागणी करणारा फिका निळा व पिंगट रंग यांतील फरकही तो समजू शकत होता आणि सहा इंची अर्धवर्तुळाकार निशाण अर्धचंद्राइतके मोठे दिसत होते. आता दूरवरच्या चोभाम सुळक्याच्या शिखरावरील झाकोळणाऱ्या आकाशामुळे ते अंधुक दिसू लागलं होतं.

जेम्स बाँडचा शेवटचा नेम डावीकडील आतील बाजूस होता, पण फारसा समाधानकारक नव्हता. त्याने पिवळ्या-निळ्या शेंड्यांकडे परत दृष्टिक्षेप टाकला. अर्ध्या तासापूर्वी नेमबाजी सुरू केली होती. त्या वेळेपेक्षा आत्ता झेंडे पूर्वेकडून जास्त फडफडत होते. त्याने वारामापकावर दोन खटके जास्त उजवीकडे लावले. स्नायपरस्कोपवरील आडव्या तारा पुन्हा नेमाच्या बिंदूशी ठेवल्या. मग स्वत: स्थिर झाला. हळुवारपणे बंदुकीच्या चापाचे बोट गार्डच्या आत नेऊन चापाच्या बाकदार जागेवर ठेवले, हलका श्वासोच्छ्वास सुरू केला आणि अत्यंत हळुवारपणे बोटाने दाबून चाप सरकवला.

त्या रिकाम्या चांदमारी मैदानात बंदुकीच्या बाराचा आवाज प्रचंड झाला. लक्ष्य जमिनीखाली नाहीसं झालं आणि अचानक त्या जागी डमी आली. होय, काळा

चित्रफलक तळाकडील डाव्या जागी न येता, उजव्या कोपऱ्यात यावेळी आला. निशाणाचं लक्ष्य होतं ते.

'उत्तम,' त्याच्या मागून वरून प्रमुख चांदमारी अधिकाऱ्याचा आवाज आला. 'तसाच थांब आता!'

लक्ष्य पुनश्च वर आलं होतं. बाँडने लाकडी दस्त्यावरील उबदार जागी पुन्हा गाल टेकला. डोळे दुर्बिणीच्या रबरी भिंगांवर ठेवले. बंदुकीचा हात पँटच्या बाजूला पुसला. चापाच्या संरक्षकाखालून वर येणारी बंदुकीची मूठ पकडली. पाय इंचभर सरकवले. आता झटपट नेमबाजीच्या पाच फेऱ्या होत्या. आपण कौशल्यात कमी पडतोय की काय हे बघणं मोठं दिलचस्प होईल. पण तसं काही होणार नाही असा त्याचा अंदाज होता. शस्त्रागार अधिकाऱ्याने हे जे असामान्य शस्त्र मिळवलं होतं त्यामुळे ते वापरणाऱ्याला आत्मविश्वास वाटायचा की मैलभरावर उभा असलेला माणूसही टिपता येईल. अमेरिकन नेमबाजांना जागतिक अजिंक्यपद मिळवण्यासाठी .३०८ प्रतीची आंतरराष्ट्रीय प्रायोगिक नेमबाजीची बंदूक विंचेस्टरने तयार केली होती. त्यामध्ये अत्यंत अचूक नेमबाजीसाठीची नेहेमीची साधनं घातली होती. ॲल्युमिनियमचा कुरळा 'हात' पाठीमागच्या जाडसर टोकामागे (बटमागे) होता. तो नेमबाजाच्या काखेपर्यंत पुढे गेला होता. त्यामुळे खांद्यावर पट्टा पक्का बसू शकत असे. रायफलच्या गुरुत्वाकर्षण बिंदूखाली, दट्ट्या लाकडी आधारात खोदलेला राहण्यासाठी सोयीचा सांधा केलेला होता. शस्त्रागार अधिकाऱ्याने नेहेमीची एकच गोळी एकावेळी मारण्याचा बोल्ट न करता पाच गोळ्यांची जागा– मॅगझीन– बनवून घेतले होते. त्याने बाँडला खात्री दिली होती की दोन गोळ्यांच्या बारमध्ये शस्त्र नीट धरण्यासाठी फक्त दोन सेकंदांचा अवधी घेतला तर पाचशे यार्डावरील लक्ष्यालाही अचूक नेम लावण्यात कुचराई होणार नाही. बाँड जे काम करणार होता त्यात त्याने पहिला नेम चुकवल्यास हा केवळ दोन सेकंदांचा अवधीही धोकादायक ठरू शकतो. असो. एम् म्हणाला होता हा पल्ला तीनशे यार्डापेक्षा जास्त नसेल. बाँड एक सेकंदाचा अवधी घेईल. जवळजवळ न थांबता सलग फायरिंग करेल.

'तय्यार?'

'हो'

'मी उलटे अंक मोजतो आता! पाच, चार, तीन, दोन, एक, फायर!'

जमीन थोडीशी हादरली आणि कुप्रो निकेलचे सणसणणारे पाच तुकडे तिन्हीसांजेत घुसले. लक्ष्य खाली गेले आणि चार लहान पांढऱ्या तबकड्या लक्ष्याभोवती एकत्र होऊन पुन्हा पटकन् वर आल्या. पाचवी तबकडी नव्हती. काळीही नव्हती आतली किंवा बाहेरची दाखवायला.

'शेवटचा नेम कमी पडला' चांदमारीचा अधिकारी रात्रीचा चष्मा लावत म्हणाला,

‘सहभागाबद्दल आभारी आहे. त्याचं काय आहे, आम्ही बंदुकीच्या बटवरील वाळू प्रत्येक वर्षाचे शेवटी चाळतो. त्यातून चांगलं जस्त आणि भंगार तांबं १५ टनांपेक्षा कमी कधी मिळत नाही. मग भरपूर पैसे मिळतात!’

बाँड उभा राहिला होता. गनक्लबच्या तंबूतून शस्त्रागार खात्याचा कॉर्पोरल मेन्झिस आला आणि विंचेस्टर व त्याची बैठक खोलण्यासाठी गुडघ्यांवर बसला. त्याने बाँडकडे वर बघितलं. आवाजात टीकेची झाक जाणवत होती, ‘तुम्ही जरा जास्त घाई करत होतात सर. शेवटचा वार भलतीकडे जाणारच!’

‘मला माहीत आहे कार्पोरल. मला बघायचं होतं मी किती झटकन् टिपू शकतो? मी या शस्त्राला दोष देत नाही. ते तर अतिशय उत्तम आहे. कृपया शस्त्रागार अधिकाऱ्याला हा माझा निरोप सांगा. आता मला वाटतं मी निघावं. तुम्ही लंडनला जाणार का?’

‘हो. गुडनाईट सर!’

चांदमारीच्या मुख्याधिकाऱ्याने बाँडला त्याच्या नेमबाजीचा रेकॉर्ड दिला. दोन सायटिंग शॉट्स, नंतर शंभर ते पाचशे यार्डापर्यंतच्या प्रत्येकी दहा फेरी. ‘फारच छान नेमबाजी केलीत या धूसर वातावरणातही. तुम्ही पुढच्या वर्षी परत या आणि क्वीन्स प्राईझच्या कार्यक्रमात भाग घ्या. हल्ली सर्वांना खुला असतो– ब्रिटिश कॉमनवेल्थसाठी.’

‘थँक्स्! पण मी इंग्लंडमध्ये फारसा नसतो आणि मला मदत केल्याबद्दल थँक्स!’ बाँडने दूरवरच्या क्लॉक टॉवरकडे नजर टाकली. नेमबाजी संपल्याचे जाहीर करण्यासाठी दोन्ही बाजूंचे धोक्याचे लाल झेंडे व लाल सिग्नल ड्रम खाली येत होते. घड्याळाचे हात सव्वानऊची वेळ दाखवत होते. ‘मला तुमच्यासाठी ड्रिंक घ्यायला आवडलं असतं. पण मला लंडनमध्ये एक अपाईंटमेंट आहे. तुम्ही म्हणत होता त्या क्वीन्स प्राईझपर्यंत आपण लांबणीवर टाकू या का?’

चांदमारी अधिकाऱ्याने औपचारिकपणे मान डोलवली. संरक्षण खात्याकडून वावटळीसारख्या आलेल्या संदेशानंतर अचानक इथे आलेल्या या माणसाबद्दल अधिक माहिती मिळावी असं त्याला फार वाटत होतं. तो आला आणि कोणत्याही अंतरांवरून नव्वद टक्के अचूक नेमबाजी केली. तीही हे मैदान रात्रीसाठी बंद केल्यानंतर आणि प्रकाशाची दर्शनक्षमता अत्यंत खराब असताना! आणि अधिकाऱ्याला स्वत:ला फक्त वार्षिक जुलैच्या सभेला हजर राहण्याचा अधिकार असूनही आज येथे हजर राहण्यास सांगण्यात आलं! आणि नियमाप्रमाणे १५ इंची लक्ष्य वापरण्याऐवजी ६ इंची लक्ष्य बाँडला मिळावं ह्याची व्यवस्था पाहण्यास त्याला का सांगितलं गेलं असावं? आणि केवळ औपचारिक कार्यक्रमांना वापरले जाणारे धोक्याचे झेंडे व सिग्नल ड्रम लावायचं प्रयोजन काय असेल? या व्यक्तीवर दबाव आणण्यासाठी?

की नेमबाजीला निकडीची धार देण्यासाठी? बाँड. कमांडर जेम्स बाँड. एन्.आर.ए.कडे इतक्या उत्तम नेमबाजाचं रेकॉर्ड असणारच. त्यांना आठवणीनं फोन करून चौकशी करायला हवी. लंडनमध्ये भेटीची वेळ ठरली आहे म्हणाला– या भलत्या वेळेला? बहुतेक एखाद्या मुलीशी असेल! चांदमारी अधिकाऱ्याच्या सामान्य दिसणाऱ्या चेहेऱ्यावर एक असंतुष्ट भाव आला. ज्या पाहिजे त्या मुली मिळवलेली ही व्यक्ती असावी. असा बाँडबद्दल ग्रह झाला होता त्याचा.

धावणाऱ्या हरणाची प्रतिकृती बनवून लावली होती. तिच्यासमोर बाँडची गाडी उभी केलेली होती. क्लबच्या सुंदर दर्शनी भागामधून, नेमबाजीच्या जागेमागून दोघे त्या गाडीकडे चालत गेले. 'मस्त दिसतेय गाडी' अधिकारी उद्‌गारला, 'मी अशी गाडी, कॉन्टिनेन्टलला कधी बघितली नव्हती. मुद्दाम बनवून घेतली आहे का?'

'होय. स्पोर्ट्स सलून मध्ये फक्त दोन सीट असतात आणि नावापुरती सामानाची जागा. म्हणून मी मुलीनरला मुद्दाम सांगून बनवून घेतली. खऱ्याखुऱ्या दोन सीट आणि सामानासाठी भरपूर जागा. मला वाटतं ही थोडी स्वार्थी गाडी आहे. बरंय, गुड नाईट आणि थँक्स!' गाडीच्या एक्झॉस्टचा अपेक्षित आवाज आला आणि ती सुरू झाली. आणि मागच्या चाकांनी थोडी वाळू उडवली.

लंडनरस्त्यावरील किंग्ज ॲव्हेन्यूकडे गाडीचे लाल दिवे दिसेनासे होताना अधिकारी बघत होता. तो वळला आणि कार्पोरल मेन्झिसच्या शोधात निघाला माहिती काढायला. पण त्याचा उपयोग झाला नाही. मिलीटरी चिन्ह नसलेल्या खाकी लँडरोव्हरमध्ये एक महागनी पेटी चढवण्याच्या कामात कार्पोरल व्यग्र होता. त्या महागनी पेटीसारखा तोही निर्विकार होता. अधिकारी मेजर हुद्द्याचा होता. त्या अधिकाराचा उपयोग करण्याचा त्याने प्रयत्न केला पण काहीच हाती लागले नाही. बाँडच्या रस्त्याने लँडरोव्हर पळत सुटली. मग मेजर अस्वस्थ मनस्थितीत नॅशनल रायफल असोसिएशनच्या कार्यालयाकडे चालू लागला, तेथील ग्रंथालयात 'बाँड जे.' नावाखाली काही सापडतंय का ते बघायला.

जेम्स बाँडची नियोजित भेट एखाद्या मुलीबरोबर अजिबात नव्हती. ती होती बी.ई.ए.च्या हॅनोवर ते बर्लिन विमान प्रवासाची. लंडन विमानतळावर पोहोचून उड्डाणाआधी दोन तीन ड्रिंक्स घ्यायला पुरेसा वेळ मिळावा म्हणून त्या मोठ्या गाडीला वेगात चालवून लंडनचा रस्ता संपवायचा होता. त्याच्या मनात एक कोपरा रस्त्याकडे लक्ष ठेवून होता. विमानाच्या नियोजित भेटीनंतर वाढून ठेवलेल्या घटनांची उजळणी, अगणित वेळा करण्यात मन गुंतलं होतं. ही विमानभेट तात्पुरती, अल्पजीवी होती. बर्लिनमधील पुढील तीन रात्रींपैकी एका रात्रीत अंतिम संकेतस्थान होतं– एका गृहस्थाबरोबर. त्या गृहस्थाला गाठायचं आणि अचूक ठार मारायचं.

त्या दिवशी दुपारी २।। च्या सुमारास, बंद डबल दारातून जाऊन टेबलासमोरच्या खुर्चीत जेम्स बाँड बसला. टेबलापलीकडे पाठ करून बसलेली व्यक्ती बघताच त्याला काहीतरी बिनसल्याची जाणीव झाली. काही स्वागत, वा नमस्कार-चमत्कार नाहीत. एम्‌ची ढब चर्चिलसारखी, उदासीन मनस्थिती दाखवणारी होती. खाली वळवलेल्या कडक कॉलरमध्ये त्यानं डोकं बुडवलं होतं. कोणत्यातरी कडवटपणामुळे ओठांच्या कडा खाली वळल्या होत्या. एम्‌ने खुर्ची गोल वळवली आणि बाँडकडे तोंड केलं आणि त्याला जोखलं जणू. बाँडच्या मनात आलं, 'माझा टाय सरळ आहे की नाही, माझे केसही नीटपणे ब्रश केलेत की नाही हे बघतोय बहुतेक.' मग एम्‌ने बोलायला सुरुवात केली. तो इतका भराभर बोलत होता, आणि वाक्य न तोडता बोलण्याच्या त्याच्या पद्धतीवरून असं वाटत होतं की जणू त्याला जे सांगायचं होतं ते झटपट सांगून उरकून टाकायचं होतं आणि बाँडला घालवायचं होतं.

'नंबर २७२. बरा माणूस आहे. तू त्याला भेटला नसशील. त्याचं कारण तसं साधं आहे. युद्धानंतर तो नोवाया झेमल्यात भूमिगत होता. आता तो भरपूर माल घेऊन बाहेर यायचा प्रयत्न करतोय. अ‍ॅटोमिक आणि रॉकेटस आणि त्यांच्या क्रमवार चाचण्यांबद्दल 'त्यांच्या' योजना. १९६१ साठी. पश्चिमेशी चढाओढ करण्यासाठी. बर्लिनशी संबंधित काही आहे. मला पूर्ण चित्र स्पष्ट झालं नाही आहे. पण फॉरिन ऑफिसर म्हणाला हे जर खरं असेल तर महाभयंकर आहे. जिनीव्हा परिषद अर्थहीन होईल आणि आण्विक नि:शस्त्रीकरण संपवण्याबद्दल – कम्युनिस्ट गट जे बहकत आहे ते सर्व धोक्याचा, सावधानतेचा इशारा ठरेल. तो पूर्व बर्लिनपर्यंत आला आहे. पण पूर्ण के.जी.बी. त्याच्या मागावर आहे आणि पूर्व जर्मनीचे सुरक्षा सैन्यही. तो शहरात कुठेतरी लपला आहे आणि त्याने आपल्यापर्यंत एक निरोप पाठवला आहे, की तो पुढच्या तीन दिवसांत संध्याकाळी सहा ते सात या वेळात सीमेपार येणार आहे. उद्या किंवा परवा किंवा त्यानंतरच्या दिवशी त्याने सीमा पार करण्याची एक जागा सांगितली आहे! एम्‌ची ओठांची कड कडवटपणामुळे अधिकच वाकली. प्रश्न असा आहे की ज्याच्याकडून निरोप पाठवला आहे तो कुरिअर दुहेरी हेर आहे. डब्ल्यू बी स्टेशनने त्याला काल उडवलं आहे. थोडं अचानकच. के जी बी च्या एका सांकेतिक लिपीची फोड करण्यात यश मिळालं. कुरिअरला अर्थातच खटल्यासाठी विमानाने नेण्यात येईल. पण त्याने काही साधणार नाही. के जी बी ला माहीत आहे की २७२ पळून जात आहे. केव्हा आणि कुठे तेही माहीत आहे त्यांना. आपल्याला जेवढं कळलं तेवढं त्यांना कळलंय. त्यापेक्षा जास्त नाही. आता, आपण जी लिपी फोडू शकलो ती त्यांच्या मशीनवर एक दिवसापुरती होती. पण आपण त्या दिवशीचा पूर्ण संपर्क मिळवू शकलो, ते पुरेसं आहे. तो पळत असताना ते त्याला मारणार आहेत. पूर्व व पश्चिम बर्लिनच्या रस्त्यावरील ज्या जागेचा उल्लेख निरोपात

त्याने केला आहे तेथेच. ते तेथे बरीच मोठी योजना आखत आहेत. 'ऑपरेशन एक्स्टासे' म्हणताहेत ते. त्यांचा सर्वोत्तम नेमबाज तेथे ठेवणार आहेत. त्याचे सांकेतिक नाव 'ट्रिगर' अर्थाचा रशियन शब्द आहे. इतकीच आपल्याला त्यांच्याबद्दल माहिती आहे. डब्ल्यूबीचा अंदाज आहे की याच नेमबाजाला सरहद्दीपलीकडून दूरच्या पल्ल्याच्या कामासाठी आधीही वापरले होते. तो रोज या क्रॉसिंगवर लक्ष ठेवणार आहे आणि २७२ ला टिपायचं हेच त्याचं काम आहे. अर्थात हे काम सहजपणे होण्यासाठी ते मशिनगन पसंत करतील. पण या क्षणी बर्लिन शांत आहे आणि ते तसंच राह्यलं पाहिजे काही झालं तरी. एम् ने खांदे उडवले. 'त्यांना या 'ट्रिगर'वर पूर्ण भरवसा आहे आणि हे असं सर्व घडणार आहे.'

'यात मी कुठे असेन, सर?' जेम्स बाँडने उत्तराचा अंदाज केला होता. या सर्व व्यवहाराबद्दल एम् नाखूष का होता हाही अंदाज त्याने केला होता. हे सर्व अत्यंत तिरस्करणीय काम असणार होतं. आणि बाँड डबल ओ खात्यातील असल्यामुळे या कामासाठी निवडला गेला होता. थोडं वाकडेपणात शिरून एम् ला ह्या सूचना लेखी देण्याबद्दल आग्रह धरावा असं बाँडला वाटत होतं. ही बातमी फार वाईट होती. घाणेरडीच होती आणि ती एका खात्याच्या अधिकाऱ्याकडून किंवा बॉसकडूनही ऐकण्याची त्याची मुळीच इच्छा नव्हती. हा तर चक्क खूनच होता. बरंय, या निष्ठूर खुनी एम् लाच स्वत:च्या तोंडाने सांगू दे.

'तू यात कुठे आहेस, डबल ओ सेव्हन?' एम्‌ने थंडपणे टेबलापलीकडे बघितले. 'तुला माहीत आहे यात तू कुठे आहेस. तू या 'ट्रिगर' नेमबाजाला मारायचे आहे आणि त्यांनी २७२ ला टिपायच्या आधी तू त्याला मारायचे आहे. बस्स इतकंच. समजलं सगळं?' त्याचे स्वच्छ निळे डोळे बर्फासारखे थंड दिसत होते. पण बाँडला माहीत होतं ते फक्त इच्छाशक्तीच्या जोरावरच तसे राहू शकले. कोणाला खून करायला पाठवणे एम्‌ला अजिबात आवडत नसे. पण जेव्हा केव्हा ते करावं लागायचं तेव्हा तो असाच हुकूम देण्याचा कडक, थंड अभिनय करत असे. बाँडला त्याचं कारण माहीत होतं. हत्या करणाऱ्याच्या मनावरील दडपण आणि गुन्ह्याची भावना कमी करावी म्हणून तो असा वागायचा.

बाँडला या सर्व गोष्टींची कल्पना असल्यामुळे त्याने एम् साठी ते झटपट आणि सोपं करण्याचं ठरवलं. तो उठून उभा राहिला. 'ठीक आहे सर. मला वाटतं प्रमुखाकडे सर्व सोयी-सुविधा आहेत. मी जाऊन थोडा सराव करतो. म्हणजे माझा नेम चुकणार नाही.' तो दाराकडे चालत गेला.

एम् शांतपणे म्हणाला, 'माफ कर. हे काम तुला द्यावं लागतंय. फार हीन काम आहे हे. पण ते अचूक होणं आवश्यक आहे.'

'मी पूर्ण प्रयत्न करीन सर.' जेम्स बाँड बाहेर गेला आणि त्याने दरवाजा बंद

केला. त्याला ते काम आवडलं नव्हतं. पण दुसऱ्या कोणाला ते करण्याचा हुकूम देण्याची जबाबदारी घेण्यापेक्षा स्वत: करणं सर्वदृष्टीने त्याला ठीक वाटत होतं.

प्रमुखाला बोळाभर जास्तच सहानुभूती वाटत होती. 'सॉरी, तू हे काम घेतलंस,' तो म्हणाला, 'पण टॅन्क्वेरेला खात्री होती की त्याच्या स्टेशनवर तुझ्याइतकी दुसरी योग्य व्यक्ती नाही आणि हे काम सैनिकाला सांगण्याच्या प्रकारातलं नाही. बी ए ओ आर मध्ये बरेच उत्तम नेमबाज आहेत. पण जिवंत लक्ष्य टिपायला वेगळ्या प्रकारचा मनाचा शांतपणा, प्रसंगावधान आवश्यक आहे. असो. मी बिस्लेशी संपर्क केला आहे. आज रात्री चांदमारी मैदान बंद झाल्यावर सव्वा आठ वाजता नेमबाजीसाठी वेळ पक्की केली आहे. बर्लिनमध्ये त्याआधी तासभर असणाऱ्या प्रकाशाच्या दर्शनक्षमते इतकीच दर्शनक्षमता तेथे असेल. शस्त्रागार अधिकाऱ्याकडे बंदूक आहे, खरोखरीचे लक्ष्य टिपण्याचे कामाला उपयोगी आणि ती त्याच्या एका माणसाबरोबर तो पाठवतो आहे. तू एकटा तिथे जा. नंतर तुला बर्लिनला नेण्यासाठी बी ई ए विमान भाड्याने घेतले आहे. त्याने बाँडला कागदाचा एक कपटा दिला 'या पत्त्यावर टॅक्सीने जा. वर चौथ्या मजल्यावर जा. टॅन्क्वेरेचा नंबर दोन तुझी वाट पाहात असेल तिथे. नंतर तुला तेथे फक्त बसून राहावं लागेल तीन दिवस.'

'बंदुकीचं काय? जर्मन कस्टम्समधून जाताना ती मी गोल्फ बॅगमधून की कशातून न्यायची आहे का?'

प्रमुखाला या बोलण्याची मुळीच गंमत वाटली नाही. 'ती जाईल फॉरिन ऑफिसरच्या बॅगेतून. तुला ती उद्या दुपारपर्यंत मिळेल.' तो सिग्नल पॅड उचलत म्हणाला, 'आता तू पळ इथून. मी सांगतो टॅन्क्वेरेला सगळं पक्कं झाल्याचं.'

जेम्स बाँडने डॅशबोर्डवरील घड्याळाच्या फिकट निळ्या चेहेऱ्याकडे नजर टाकली. सव्वा दहा. सर्व सुरळीत पार पडलं तर उद्या यावेळी सर्व संपलेलं असेल. काही झालं तरी २७२ च्या आयुष्याच्या बदल्यात या 'ट्रिगर'चं आयुष्य पणाला लागणार होतं. अगदी नेमका 'खून'च नसला तरी जवळजवळ होताच. त्याने पुढच्या सलूनसाठी तीनदा जोरात हॉर्न वाजवला. वाहतूक बेटाभोवती वळण घेतलं, स्टिअरिंगला कठोरपणे पिळवटून गाडी सरळ केली आणि दूरवर चमकणाऱ्या लंडन एअरपोर्टच्या दिशेने बेंटलेचं तोंड केलं.

कोश्ट्रासे आणि विल्हेल्मस्ट्रासेच्या कोपऱ्यावर बॉम्बफेकीमुळे उद्ध्वस्त झालेल्या जागेत ती ओंगळ सहा मजली इमारत उभी होती. बाँडने टॅक्सीचे पैसे चुकते केले. आजूबाजूला कमरेइतके उंच गवत उभे होते. अर्धवट नीट असलेल्या दगड विटांच्या तुकड्यांच्या भिंती थेट मोठ्या सुनसान चौकापर्यंत गेल्या होत्या. चौकाच्या मध्यावर असलेला वर्तुळाकार दिव्यांचा पुंजका पिवळसर प्रकाश देत होता. हे सर्व नजरेत साठवत त्याने चौथ्या मजल्यासाठी बेलचे बटण दाबले आणि ताबडतोब दरवाजा

उघडण्याचा आवाज आला. दरवाजा त्याच्या मागे बंद झाला आणि तो गालिचा नसलेल्या जमिनीवरून एका जुनाट लिफ्टपर्यंत चालत गेला. कोबी, स्वस्त सिगरेटचा धूर आणि शिळा घाम या सर्वांच्या वासामुळे त्याला जर्मनीच्या आणि मध्य युरोपच्या घरांची आठवण झाली. त्या हळूहळू जाणाऱ्या लिफ्टचे सुस्कारे आणि अस्पष्ट किंकाळ्या याही आजपर्यंत केलेल्या, एम्‌ने नेमून दिलेल्या शेकडो कामांचा एक भागच होत्या. एम् बाँडला दूरवरच्या लक्ष्यावर अस्त्रासारखे फेकत असे. तेथे कोणतेतरी संकट किंवा प्रश्न त्याच्या येण्याची, त्याने सोडवण्याची वाट पाहात असे. आज निदान स्वागत समिती त्याच्या बाजूची होती. यावेळी वर जिन्याच्या माथ्यावर घाबरण्यासारखं काही नव्हतं.

गुप्तहेर स्टेशन डब्लूबीचा 'नंबर दोन' हा चाळिशीतील, सडसडीत, चिंताग्रस्त दिसणारा माणूस होता. त्याने त्याचा व्यावसायिक गणवेष घातला होता. उत्तम प्रकारे शिवलेला, उत्तमरीत्या वापरलेला, गडद हिरवा, व्ही आकाराचे डिझाईनचा, वजनाने हलका. ट्विड्सचा सूट, मऊ पांढरा सिल्क शर्ट आणि जुना शाळेचा टाय– त्याच्या वायकेहॅमिस्ट शाळेचा तो टाय बघितल्यावर आणि त्या घराच्या छोट्याशा कुबट लॉबीत, रीतीरिवाजानुसार अभिवादनाची देवाण-घेवाण करताना आधीच कमी झालेले बाँडचे मनोधैर्य आणखी एका डिग्रीने कमी झाले. या प्रकारच्या व्यक्तींची त्याला पूर्ण कल्पना होती. प्रशासकीय सेवेचा कणा असलेला विंचेस्टर बंदुकीबाबत निष्णात आणि फारसा प्रिय नसणारा, ऑक्सफर्डला पहिला-दुसरा येणारा असा वाटला. मग युद्धात लष्करातील ज्येष्ठ अधिकाऱ्याची कामं बिनचूक करणारा, बहुधा ओ बी ई, मित्रराष्ट्र कंट्रोल कमिशन जर्मनीत घेणारा आणि तेथे नंबर एक ब्रँचला नेमलेला असावा. तो आदर्श लष्करी अधिकारी असल्यामुळे आणि सुरक्षा व्यवस्थेतील सर्वोत्तम असल्यामुळे आणि आधी कधीही न मिळालेला जिवंतपणा, नाट्य, धाडस गुप्तहेर खात्यात मिळेल असे त्याला वाटल्यामुळे गुप्तहेर खात्यात आलेला असावा असे वाटत होते. दक्ष, शांतचित्त आणि विचारी अशीच व्यक्ती या ओंगळ कामात जेम्स बाँडला मदतीसाठी आवश्यक होती. त्यासाठी वेल्श गार्ड्सच्या भूतपूर्व कॅप्टन पॉल सेंडर याची निवड होणे उघड होते. त्याने ती स्वीकारली होती. त्या घराची रचना आणि मारेकऱ्याच्या तयारीसाठी, त्याची काळजी थोडीफार कमी करण्यासाठी केलेली व्यवस्था, तो बाँडला दाखवत होता. एका भल्या वायकेहॅमिस्टप्रमाणे त्या वेळच्या संभाषणात बाँडच्या कामाबद्दलची नावड त्याने लपवली होती.

एक प्रशस्त बेडरूम, बाथरूम व किचन अशा ती जागा होती. किचनमध्ये दूध, अंडी, लोणी, चहा, बेकन ब्रेड आणि डिंपल हेगची एक बाटली ठेवलेली होती. बेडरूममधील व्यवस्थेत एकच वेगळेपण होतं. डबलबेड रुंद खिडकीच्या पडद्यांशी कोनात ठेवला होता. त्यावर चादरीखाली तीन गाद्यांचा डोंगर होता.

'नेमबाजीच्या जागेकडे दृष्टी टाकायचीय का? मग मी समोरच्या पार्टीच्या मनातील योजना काय आहे ते सांगतो!' कॅप्टन सेंडरने विचारले.

बाँड थकला होता आणि खरं म्हणजे युद्धभूमीचं चित्रं मनात घेऊन झोपायला जाण्याची त्याची इच्छा नव्हती; पण 'ठीक आहे' तो म्हणाला.

कॅप्टन सेंडरने दिवे मालवले. चौकातील रस्त्यावरील दिव्यांची प्रकाशाची तिरीप पडद्यापलीकडील दृश्य दाखवत होती. 'पडदे उघडायचे नाहीत,' कॅप्टन म्हणाला, 'ते कदाचित २७२ चा बचाव करणाऱ्याच्या मागावर असतील. तू या पलंगावर आडवा पडून पडद्याच्या खालून डोकं काढ. तुला काय काय दिसेल ते मी तुला सांगतो. डावीकडे बघ.'

आडव्या वरखाली सरकणाऱ्या दोन काचांची ती खिडकी होती. खालची काच उघडी होती. त्या पडद्यावरील नक्षीमुळे थोडंसंच दिसत होतं आणि बेडवर पडल्यावर सेन्चुरी रेंजची नेमबाजाची जागा मिळाल्यासारखं जाणवलं. पण आता पलीकडे बॉम्बने उद्ध्वस्त झालेलं आणि रानटी गवतानं गर्द वेढलेलं मैदान, पूर्व बर्लिनच्या चमचमणाऱ्या झिमरस्ट्रासे नदीकडे जात होतं. ही पूर्व बर्लिनची सरहद्द. साधारण एकशे पन्नास यार्ड दूर वाटत होती. कॅप्टन सेंडर बाँडच्या डोक्यावरून, पडद्यामागून गंभीर आवाजात व संथसुरात बोलू लागला. बाँडला आध्यात्मिक प्रवचनाची आठवण झाली.

'ते बॉम्ब वर्षाव झालेलं मैदान समोर आहे. बचावासाठी भरपूर जागा आहे. सरहद्दीपर्यंत एकशेतीस यार्ड असेल. मग सरहद्द– रस्ता आणि मग आणखी बॉम्ब पडलेलं शत्रूच्या ताब्यातील मैदान. म्हणून २७२ ने हा मार्ग निवडला. शहरातील काही थोड्या उद्ध्वस्त जागांपैकी ही आहे. माजलेलं रान, भग्न भिंती, तळघरं हे सर्व सरहद्दीच्या दोन्ही बाजूंना. तो त्या पलीकडच्या कचऱ्यातून लपून येईल आणि झिमरस्ट्रासे नदीतून आपल्या बाजूच्या कचऱ्यात सुसाट येईल. प्रश्न असा आहे की, त्यासाठी त्याला सरहद्द रेषेचा प्रकाशमान केलेला तीस यार्डाचा भाग धावत यायचं आहे. तीच त्याच्या हत्येची जागा असेल. बरोबर आहे नं?'

'हो' बाँड हळूच म्हणाला. शत्रूचं अस्तित्व, सावधानतेची आवश्यकता ह्यामुळे तो आधीच अस्वस्थ झाला होता.

'तुझ्या डावीकडे ती नवीन दहामजली इमारत आहे. ती पूर्व बर्लिनचं महत्त्वाचं नियंत्रण-केंद्र आहे. हे मंत्रालय तुला दिसलंच असेल, तेथील बऱ्याच खिडक्यांतून प्रकाश दिसतो आहे. त्यातील बरेच दिवे रात्रभर चालू असतात. हे लोक भरपूर काम करतात. दिवसरात्रीच्या पाळ्या लावतात. पण तुला या प्रकाशाबद्दल काळजी करण्याचं कारण नाही. 'ट्रिगर' एका अंधाऱ्या खिडकीतून नेम धरेल, हे नक्की. त्या खिडक्यात चार खोल्यांचा एक ब्लॉक दिसतोय नं तुला? त्या चौकाच्या वर? त्या

काल आणि आजही रात्री अंधारात आहेत. त्याच जागा नेमबाजीला उत्तम आहेत. इथून त्यांचं अंतर तीनशे ते तीनशेदहा यार्ड इतकं आहे. माझ्याजवळ सर्व आकडे आहेत. तुला पाहिजे तेव्हा देईन. तुला त्या व्यतिरीक्त कसली काळजी करायला नको. रात्री तो रस्ता रिकामा असतो. फक्त प्रत्येक अर्ध्या तासाने पहाऱ्याच्या गाड्या येतात. चिलखती गाडी आणि दोन मोटरसायकलींवरील संरक्षक असतात. काल रात्री विशेष म्हणजे सातच्या दरम्यान काही लोक या बाजूच्या दरवाज्याने आले व बाहेर गेले होते. ह्याच वेळेत तुझं काम केलं जाणार आहे. मुलकी कर्मचारी असावेत. त्याआधी काही वेगळं घडलं नाही. नेहेमीप्रमाणे व्यस्त सरकारी इमारतींतून माणसांची सतत ये-जा चालू होती, फक्त वेगळं म्हणजे, एक भलामोठा वाद्यवृंद तोही बायकांचा– आत गेला. आतमधील संगीत मैफिलीच्या हॉलमध्ये त्या गेल्या. त्या इमारतीतील काही भाग सांस्कृतिक मंत्र्यांचं कार्यालय आहे. बाकी काहीच घडलं नाही. के जी बी ची आमच्या माहितीतील कोणी माणसं नाहीत की अशा कामाची काही तयारीही दिसली नाही. पण असं होणार नाही. फार सावध आहेत ते समोरचे लोक. असो. नीट बघून ठेव. उद्याच्या सहा वाजताच्या वेळेपेक्षा आत्ता जास्त अंधार आहे हे विसरू नको. पण एक साधारण अंदाज येईल.'

बाँडने साधारण अंदाज घेतला होताच. सर्व चित्र त्याच्या मनात पक्कं झालं होतं. डोळ्यांसमोर उभं राहिलं होतं. कॅप्टन सेंडर नंतर गाढ झोपला होता. त्याचं हळू आवाजात घोरणं सुरू होतं. त्या घोरण्यात ठराविक वेळाने एक लहानसा पण स्पष्ट आवाज येत होता. 'वायकेहॅमिस्ट घोरणं आहे हे' वैतागलेल्या बाँडच्या मनात आलं.

बाँडच्या मन:चक्षूंसमोर उद्याचं सर्व चित्र उभं राहिलं होतं. उजळलेल्या नदीच्या पलीकडील काळोख्या भग्नावशेषातून एक किंचित हालचाल, मग स्तब्धता, प्रकाशमान कमानीतून नंतर वेडावाकडा तुफान पळत येणारा माणूस, बंदुकीच्या गोळीचा आवाज आणि रुंद रस्त्याच्या मध्यावर एकतर लोळागोळा झालेला, अस्ताव्यस्त मांसल ढीग किंवा पश्चिम भागात गवतातून धावत येण्याचा आवाज– अकस्मात झटपट मृत्यू किंवा जिवाच्या आकांताने घराकडे घेतलेली धाव. खरंखुरं आव्हान होतं! त्या काळोख्या खिडक्यांपैकी एकीत असलेल्या रशियनाला टिपण्यासाठी बाँडला किती वेळ लागेल? पाच सेकंद?– दहा? बंदूक ठेवलेल्या पडद्यांना जेव्हा पहाटेची झालर आली तेव्हा बाँडने प्रश्नांनी कुरतडणाऱ्या आपल्या मनापुढे सपशेल शरणागती पत्करली. तो बाथरूममध्ये गेला. मारेकऱ्याला फिट ठेवण्यासाठी गुप्तहेर खात्याने विचारपूर्वक ठेवलेल्या औषधाच्या बाटल्यांच्या रांगा डोळ्यांखालून घातल्या. ट्यूनल निवडलं आणि त्या निळ्या-गुलाबी दोन गोळ्या ग्लासभर पाण्याबरोबर घशाखाली उतरवल्या आणि पुन्हा पलंगाकडे गेला. उत्तर-दक्षिण दिशेने झोपला.

तो दुपारी जागा झाला. फ्लॅट रिकामा होता. बाँडने पडदे बाजूला करून करड्या प्रुशियन दिवसाला आत येऊ दिले. खिडकीपासून बराच आत उभा राहून आळसावलेल्या बर्लिनकडे टक लावून पाहात राहिला आणि ट्रॅमचे आवाज आणि दूरवर झू स्टेशनकडे वळताना येणारा 'यू बाहन'चा कर्कश आवाज ऐकत राहिला. काल रात्री काळजीपूर्वक पाहिलेल्या दृष्याकडे त्याने नाखुषीने पटकन एक दृष्टिक्षेप टाकला. तेव्हा त्याला लक्षात आलं की बॉम्बने उद्ध्वस्त झालेल्या त्या जागेत जी झुडपं होती ती, लंडनच्या काटेरी समुद्री वाळुंज वनौषधी व पिसासारख्या फांद्यांची हिरव्या रंगाची लंडनसारखी मोठी झुडपं होती. नंतर तो किचनमध्ये गेला. तेथे ब्रेडला टाचून ठेवलेली एक सूचना लिहून ठेवलेली मिळाली.

'माझा मित्र (गुप्तहेर खात्यात अप्रिय गोष्टींचा हुकूम देणाऱ्या बॉससाठी वापरलेला सभ्य शब्द) म्हणतो की तू बाहेर गेलास तरी हरकत नाही. पण संध्याकाळी पाच पर्यंत परत ये. तुझं सामान (बाँडच्या रायफलीसाठी वापरलेला दुसरा शब्द) आलं आहे. तुझा खाजगी नोकर मांडणी करेल– पी. सेंडर.'

बाँडने गॅस पेटवला आणि स्वतःच्या कामाबद्दल तुच्छतेचा उद्‌गार काढत, चिठ्ठी जाळली. नंतर भलीमोठी डिश भरून अंड्याची भुर्जी आणि बेकन बनवले. बटर लावलेल्या टोस्टवर त्याचा ढीग ठेवला आणि काळ्या कॉफीत व्हिस्की सढळ हाताने घालून तयार केलेल्या पेयाबरोबर खाल्ला. मग आंघोळ करून दाढी केली. या कामासाठी खास खरेदी केलेला मध्य युरोपीय, निनावी, अनाकर्षक वेष चढवला. स्वतःच्या अव्यवस्थित गादीकडे बघितले पण ती नीट करण्याचे वैतागून टाळले. लिफ्टने खाली गेला आणि बिल्डिंगच्या बाहेर पडला.

बर्लिन हे आपल्या शत्रूचं गाव उदासवाणं आहे असं जेम्स बाँडला वाटायचं. अमेरिकन गाड्यांना क्रोमिअमचा थर देतात. त्याऐवजी दिलेला नकली मुलामा उखडला तर जसे दिसेल तसे हे पश्चिम बाजूचे गाव जाणवत होते. कॅफे मर्कार्डमध्ये एक्स्प्रेसो कॉफी प्यायला. वेगात धावणाऱ्या गाड्यांचा चकचकीत प्रवाह धोकादायक चौरस्त्यावरून वाहत होता. पादचाऱ्यांचा आज्ञाधारक जमाव वाहतूक नियंत्रकापाशी थांबला होता. हे सर्व तो न्याहाळत बसला. बाहेर गार हवा होती. रशियन माळरानावरील झोंबरा वारा मुलींच्या स्कर्ट्सवर व ब्रीफकेस काखेत अडकवून घाईघाईने अधीरपणे जाणाऱ्या पुरुषांच्या रेनकोटवर सपकारे मारत होता. कॅफेच्या भिंतीवरील इन्फ्रारेडची उष्णता देणाऱ्या हीटर्सचा लाल प्रकाश सर्वभर पसरला होता. एक कप कॉफी आणि दहा ग्लास पाणी पिण्याची पारंपरिक पद्धत पाळणारे, लाकडी रॅकमधील वर्तमानपत्र वा नियतकालिके फुकटात वाचणारे किंवा कामाचे कागदपत्र गंभीरपणे वाचण्यासाठी झुकून बसलेले असे कॅफेप्रेमी. त्यांच्या चेहेऱ्यांवर हा चमत्कारिक प्रकाश पडला होता. बाँडने संध्याकाळबद्दल विचार करण्याचे थांबवले आणि दुपार घालविण्याच्या

विविध पद्धतींबद्दल मनाशी वादविवाद केला. सरतेशेवटी दोहोपैकी एक पद्धती निवडण्याचे ठरवून शांत झाला. प्रतिष्ठित दिसणाऱ्या, सर्व टॅक्सी चालकांना माहित असलेल्या, उदी रंगाच्या दगडी घराला, क्लॉजविस्ट्रासमधील त्या घराला भेट द्यायची किंवा वॅनेसीला जाऊन ग्रूनवॉल्डला फिरायला जायचे. बाँडने कॉफीचे पैसे दिले. बाहेरच्या थंडीत गेला आणि टॅक्सी घेऊन झू स्टेशनकडे गेला. त्याच्या मनाने ग्रूनवॉल्डची निवड केली.

त्या लांबलचक तलावाभोवतीच्या नवीन झाडांना, वसंतऋतूचा स्पर्श झालेला होता. हिरव्या पालवीत क्वचितच सोनेरी पानं दिसत होती. हिरव्या वृक्षराजीने वेढलेल्या रस्त्यावर बाँडने दोन तास जबरदस्त रपेट केली. नंतर तलावासमोरचं काचेच्या व्हरांड्याचं रेस्टारंट शोधून त्यात चहाबरोबर भरपूर नाश्त्याचा आस्वाद घेतला. हेरिंग माशाची सायीत बनवलेली डिश डबल प्रमाणात, कांद्यांच्या रिंग्ज आणि दोन 'मोले मीट कॉर्न' ही मक्याची डिश हे सर्व नाश्त्यात खाल्लं. खाताना लॉवेनब्राऊ बिअरचे घोट, पदार्थ घशाखाली जाण्यासाठी आवश्यक ठरले! मग थोडं जास्त उल्हसित होऊन गावात परतण्यासाठी एस. बाहन घेतली.

बिल्डिंगच्या बाहेर एक साधासा तरुण काळ्या ओपेल कपितानच्या इंजिनशी काहीतरी खुडबूड करत होता. बॉनेट उघडून त्याचे काम चालले होते. तो स्टेशन डब्लूबीच्या वाहतूक खात्याचा कार्पोरल होता. त्याने या ओपेलला त्रासदायक इंजिन बसवलं होतं. पुढील प्रत्येक संध्याकाळी सहा ते सातच्या दरम्यान कॅप्टन सेंडरने वॉकीटॉकीवर सिग्नल देताच कॉर्पोरल इंजिनमधून फटाक्यासारखे भरपूर आवाज काढण्याचे ठरले होते. बाँडचा गोळीबार लपविण्यासाठी ते उपयुक्त ठरले असते. नाहीतर शेजारीपाजारी गोळीबाराच्या आवाजाबद्दल पोलिसांना कळवतील आणि मग स्पष्टीकरणांचा गुंता वाढेल. बाँडची लपण्याची जागा अमेरिकन हद्दीत होती आणि अमेरिकन 'मित्रांनी' ह्या कारवाईसाठी स्टेशन डब्लू बीला परवानगी दिली असल्याने साहाजिकच काही प्रत्यक्ष वा अप्रत्यक्ष दूरगामी परिणाम न होता काम फत्ते व्हावे याबद्दल ते उत्सुक होते.

घरातील सर्व व्यवस्था बाँडला सर्व दृष्टीने अत्यंत कौशल्याने केलेली वाटत होतीच. तशीच ही गाडीची क्लृप्तीही एकदम पटली. घराच्या रुंद खिडकीच्या कट्ट्यावर लाकडाचा व धातूचा एक स्टँड उभा केला होता. तो पलंगाच्या उशाच्या मागे होता. त्यामुळे नेमबाजीला बरोब्बर जागा केली होती. तेथे विंचेस्टर रायफल ठेवलेली होती. तिचे टोक पडद्याशी खाली केले होते. रायफलचे व स्नायपरस्कोप दुर्बिणीचे सर्व लाकडी व धातूचे भाग काळ्या रंगात रंगवले होते. शिवाय जणू अशुभ संध्याकाळचे कपडे ठेवावेत तसा काळी मखमलीची कानटोपी शिवलेला त्याच कापडाचा शर्ट पलंगावर ठेवला होता. त्या टोपीला डोळ्यांच्या व तोंडाच्या

जागी रुंद फटी होत्या. स्पेन खटल्यांचं जुनं चित्र बाँडला आठवलं किंवा फ्रेंच राज्यक्रांतीचे वेळी सुळी देण्याचे काम करणाऱ्या अनामिकांची आठवण आली. अशीच टोपी कॅप्टन सेंडरच्या पलंगावरही होती आणि त्याच्या बाजूला खिडकीच्या कठ्ठ्यावर रात्रीचा चष्मा आणि वॉकीटॉकीचा संदेशग्राहक– मायक्रोफोन होता.

कॅप्टन सेंडरच्या चेहेऱ्यावर काळजी आणि ताण दिसत होता. 'स्टेशनकडून काही नवीन बातमी नाही, आधी माहीत असलेल्या स्थितीत काही बदल नाही' असे तो म्हणाला. 'काही खायला हवेय का? चहा किंवा एखादी मनावरचा ताण दूर करणारी गोळी? बऱ्याच प्रकारच्या ठेवलेल्या आहेत त्यातली एखादी?' त्याने बाँडला विचारले.

बाँडने शांत, आनंदी भाव चेहेऱ्यावर आणले आणि म्हणाला, 'नको थँक्स!' मग आपल्या दिवसभराबद्दलची हलकीफुलकी हकिकत सांगितली. घड्याळाची स्प्रिंग घट्ट झाल्यावर जसा ताण पडतो तशी त्याची हृदयाजवळची मुख्य धमनी ताणामुळे त्याचवेळी ताडताड उडायला लागली. शेवटी त्याने बोलणे थांबवले आणि फिरतांना विकत घेतलेली जर्मन चित्तथरारक कादंबरी वाचत तो पलंगावर पहुडला. कॅप्टन सेंडर क्षुब्ध मनस्थितीत वारंवार घड्याळाकडे दृष्टी टाकत, सतत धूम्रपान करत फ्लॅटमध्ये इकडे तिकडे फिरत होता.

जेम्स बाँड वाचत असलेल्या पुस्तकावर अर्धनग्न मुलीचे पलंगाला बांधलेल्या अवस्थेतील चित्र होते. शेजारी तिचे सुंदर जॅकेट पडलेले दाखवले होते. या तणावपूर्ण वातावरणात ते चित्र जरा प्रसन्न करीत होते. एका मुलीला विश्वासघाताने धुळीला मिळवण्याची कथा होती. तिच्या कमनशिबी आयुष्याच्या वावटळीत जेम्स बाँड पूर्ण हरवला. 'साडेपाच वाजलेत. आपापल्या जागी स्थानापन्न व्हायची वेळ आली आहे' हे कॅप्टनचे शब्द कानावर पडले तेव्हा बाँड थोडासा वैतागलाच.

बाँडने कोट, टाय काढला. तोंडात दोन च्युईंगगम टाकले आणि काळी टोपी घातली. सेंडरने दिवे बंद केले आणि बाँड पलंगावर पसरला व त्याने स्नायपरस्कोपला डोळा लावला. हळूच पडद्याचे टोक उचलून स्वत:च्या खांद्यावरून मागे टाकले.

पुढे वर्षभराने 'चेक पॉईंट चार्ली' या नावाने प्रसिद्ध झालेल्या त्या जागी वातावरण आता धूसर होऊ लागले होते. एखाद्या मनात ठसलेल्या चित्रासारखे दिसत होते. समोरचे माळरान, त्यापुढे सरहद्दीवरील तेजस्वी नदी व त्यापुढील माळरान आणि डावीकडे काही काळोख्या व काही प्रकाशमान खिडक्या असलेली मंत्रालयाची चौकोनी ओंगळ इमारत. लाकडी स्टँडचे स्क्रू सरकवून स्नायपरस्कोप-दुर्बीण रायफलला लावून त्यातून बाँडने हे सर्व मनात टिपले. कालचेच दृश्य आज होते पण आत्ता काही कर्मचारी विल्हेमस्ट्रासीकडील दरवाजाने सरकारी कार्यालयात येत-जात होते. त्यांची हालचाल दिसत होती. बाँडने समोरच्या चार काळोख्या

खिडक्यांकडे बघितले तर त्या आजही काळोखात होत्या. ही शत्रूची निशाण धरण्यासाठी योजलेली जागा असेल या सेंडरच्या सांगण्याशी बाँड सहमत होता. पडदे पूर्ण बंद होते आणि खिडकीचे खालचे तावदान पूर्ण उघडे होते. बाँडची दुर्बीण त्या खोलीच्या आतील दृश्य दाखवू शकत नव्हती; पण तेथे त्या आ वासलेल्या, काळ्या आयताकृतीच्या तोंडात हालचालीचे काहीच चिन्ह नव्हते.

आता खालच्या रस्त्यावर वाहतूक वाढली होती. स्त्रियांचा वाद्यवृंद ओळीने फुटपाथवरून प्रवेशद्वाराकडे येत होता. हसणाऱ्या, बडबडणाऱ्या वीस मुली आपापली वाद्ये घेऊन येत होत्या. हवेच्या मदतीने वाजणारी वाद्ये असलेल्या पेट्या, व्हायोलिन घेऊन व स्वरावली ठेवलेल्या पिशव्या घेऊन आणि चारजणी ड्रम घेऊन मजेत छोट्या सुसरींसारख्या जात होत्या. बाँडच्या मनात विचार आला की 'म्हणजे सोविएत बाजूला असूनही काही माणसं आयुष्यात आनंद मिळवताहेत तर!' त्याचवेळी त्याच्या दुर्बिणीने 'सेलो' घेऊन जाणाऱ्या मुलीला टिपले आणि त्याची नजर तेथेच अडकली. बाँडचा च्युईंगम चघळणारा जबडा एकदम थांबला. मग त्या मुलीला दुर्बिणीच्या मध्यावर आणण्यासाठी जसजसा तो दुर्बिणीचे स्क्रू पिरगळू लागला तसतसा पुनश्च च्युईंगम चघळू लागला.

ती मुलगी इतरांपेक्षा उंच होती. तिचे लांब सुंदर सोनेरी सरळ केस तिच्या खांद्यावरून रुळत होते. चौरस्त्यातील कमानींखाली ते वितळलेल्या सोन्यासारखे चमकत होते. ती मोहक चालीने, उत्तेजित अशी घाईने सर्वांबरोबर जात होती. हातात 'सेलो' ची पेटी होती. एखाद्या व्हायोलिनच्या पेटीइतकी हलकी असल्याप्रमाणे नेत होती. तिच्या कोटाचा घेर, तिचे पाय, तिचे केस, सर्व उडत होते. ती बरोबरच्या दोन मुलींबरोबर गप्पा मारत, हसत, आनंदात जात होती व ते तिच्या हालचालीतून स्पष्ट कळत होते. ती तिच्या मैत्रिणींबरोबर प्रवेशद्वारात वळली तेव्हा तिची सुंदर, अस्पष्ट आकृती क्षणैक एका बाजूस दिसली आणि मग ती दिसेनाशी झाली. ती गेली आणि बाँडला हृदयात काटा टोचल्यासारखं वाटलं. किती विचित्र, कित्ती विचित्र होतं हे! तो तरुण होता त्यानंतर हे असं कधीच झालं नव्हतं. आता ही एक मुलगी इतक्या दुरून आणि अस्पष्ट बघितली तरीही तिच्यामुळे ही हवीहवीशी वाटण्याची तीव्र भावना आणि पशुवत् आकर्षणाचा थरारअनुभव कसा आला? कष्टी होऊन बाँडने आपल्या घड्याळाकडे दृष्टी टाकली. पाच पन्नास. फक्त दहा मिनिटे बाकी. एकही वाहन प्रवेशद्वाराशी येत नव्हते. त्याने अपेक्षिलेल्या अनामिक काळ्या झिक् सलून गाड्यांपैकीही नाही. त्या मुलीच्या बाबत जेवढं मन बंद ठेवता येईल तेवढं जास्तीतजास्त बंद ठेवलं त्यानं. सावधचित्त झाला. 'जागा रहा रे, राजा वैऱ्याची रात्र आहे!' त्यानं मनाला बजावलं!

समोरच्या शासकीय इमारतीतून कुठूनतरी वाद्यवृंदातील वाद्यं जुळवण्याचे

ओळखीचे सूर ऐकू येऊ लागले. पियानोवरील एका सुराशी सूर जुळवण्याचा प्रयत्न करणाऱ्या इतर तंतुवाद्यं व लाकडी वायुवाद्यांचा तीव्र संमिश्र आवाज ऐकू येत होता. मग एक क्षणभर सर्व स्तब्ध झालं. आणि मग एकत्र सर्व वाद्यं धून वाजवू लागली. ते सुरुवातीचे सूर बाँडला थोडे ओळखीचे वाटत होते.

'प्रिन्स इगॉरचे पोलोन्टासिअन डान्सेस' कॅप्टन सेंडरने थोडक्यात पण ठामपणे सुरांचा संदर्भ सांगितला. 'असो. सहा वाजत आले! आणि नंतर अत्यंत निकडीच्या सुरात तो म्हणाला, 'अरे! उजव्या हाताच्या खालच्या खिडकीत बघ! लक्ष ठेव!'

बाँडने दुर्बीण अधिक खाली केली. ओ यस! त्या काळ्या गुहेच्या आत काहीतरी हालचाल होत होती. आता त्या आतल्या भागातून एक जाड काळी वस्तू, एक शस्त्र बाहेर सरकत होतं. ते झिमरस्ट्रासेच्या दोन्ही माळरानातील भागावर लक्ष ठेवत होतं. मग तो, त्या खोलीतील अदृश्य नेमबाज समाधान पावलेला असावा आणि बंदूक स्थिर राहिली. बाँडच्या रायफल स्टँडसारख्या स्टँडवर ती असण्याची शक्यता होती.

'ते काय आहे? कोणत्या प्रकारची बंदूक आहे?' कॅप्टन सेंडरचा आवाज जरा जास्तच धपापत होता. 'जरा सबुरीने घे रे,' बाँडच्या मनात आलं. मी घाबरलो तर ते साहजिक असेल.

त्याने डोळे ताणून पाहिलं. बंदुकीच्या तोंडाशी असलेला चमक घालवण्यासाठी लावलेला चपटा भाग, दुर्बीण आणि गोळ्या भरण्याचे जाड मॅगझिन हे सर्व आत घेतले गेले. हो, ती तीच आहे नक्की. खात्रीपूर्वक तीच चांगली दिसते आहे!

'कलश्नीकोव्ह' तो कडवटपणे म्हणाला, 'सबमशीनगन, गॅसवर चालणारी. ७.६२ मिलीमीटरमध्ये तीस राउंड्स. के जी बीची प्यारी. काम संपन्न करायचंय ना त्यांना. नेमबाजीला अचूक. त्याला झटकन् टिपावा लागेल. नाहीतर २७२ केवळ मरणार नाही तर त्याचा स्ट्रॉबेरी जॅम होईल. तू तेथे त्या दगडविटांकडे लक्ष ठेव, काही हालचाल होते आहे का बघ. मला या खिडकीशी आणि बंदुकीशी एकनिष्ठ राहायचंय. त्याला गोळीबार करताना समोर यावं लागेल. इतर लोक त्याच्या मागे राहून नजर ठेवण्याचं काम, शोध घेण्याचं काम करत असतील, बहुतेक चारही खिडक्यांतून. त्यांची योजना आपल्या अपेक्षेप्रमाणे आहे. पण मला वाटलं नव्हतं, की ही बंदूक आणतील. मला लक्षात यायला हवं होतं, या प्रकाशात धावणारा माणूस मारणं, तोही एका शॉटमध्ये मारणं कठीण काम आहे.'

बाँडने आपल्या बंदुकीचे वरील स्क्रू पिरगळून दुर्बिणीचा कोन बरोबर केला. जेथे शत्रूच्या बंदुकीचा दस्ता खिडकीमागील काळोखात बुडला होता तेथे नेम धरला. छातीवर मारणे आवश्यक– डोक्याचा विचार नको!

कानटोपीच्या आतील चेहेऱ्यावर बाँडला घाम आला आणि डोळ्यांवरील दुर्बिण

चिकट झाल्याने घसरू लागली. त्याला त्याने फरक पडला नसता. फक्त त्याचे हात, बंदुकीच्या चापाला ओढणारं बोट पूर्ण कोरडं राह्यलं पाहिजे. जसजशी मिनिटं पुढे सरकू लागली तसतसा अधूनमधून तो पापण्या फडफडवून डोळ्यांना आराम देऊ लागला. पाय आखडू नयेत म्हणून हलवू लागला. मन शांत ठेवण्यासाठी संगीत ऐकू लागला.

भार पडल्याने जड झालेल्या पायांवर वेळ आळसटल्यासारखा झाला होता. किती असेल ती वयानं? विशीतली– बहुतेक तेवीस. तिच्या सहज चालीतील आत्मविश्वास, अधिकारदर्शता, यावरून ती एखाद्या कुलवान घरातील– जुन्या प्रुशियन कुटुंबातील असण्याची शक्यता आहे किंवा पोलंड किंवा रशियातील खानदानी घरातील असेल. तिने 'सेलो' का निवडले असेल? तिच्या सुंदर मांड्यांमध्ये ठेवून वाजवण्यासाठी असे जाड आणि गोल, ओबडधोबड वाद्य अजिबात अनुरूप वाटत नाही. अर्थात त्या सुगीयाजवळ शानदार वाटायचं आणि ती मुलगी अमरिलीस की कोण तिच्या बाबतही तसंच होतं. पण तरुणींनी एका बाजूला धरून हे वाद्य वाजवण्याचा मार्ग कोणीतरी शोधून काढला पाहिजे.

बाँडच्या बाजूला असलेला कॅप्टन सेंडर म्हणाला, 'सात वाजलेत. काही हालचाल नाही, दुसऱ्या बाजूला. आपल्या बाजूला थोडी हालचाल झाली– सरहद्दीजवळच्या तळघराजवळ ती आपली 'स्वागत समिती' आहे. स्टेशनवरून आलेली ती दोन माणसं हुषार आहेत. आपण असेच थांबू या समोरच्यांनी बंद करेपर्यंत. ती बंदूक आत घेतली गेली की मला सांग.'

'बरं आहे.'

के जी बीने ती सबमशीनगन खिडकीतून काढून आत अंधाऱ्या भागात नेली तेव्हा साडेसात वाजले होते. एकामागून एक त्या चारही खिडक्यांची खालची तावदानं बंद केली गेली. त्या रात्रीपुरता तो निर्दयी खेळ थांबला होता. २७२ आजही भूमिगत होता. अजून दोन रात्री वाट बघायची.

बाँडने त्याच्या खांद्यावरचा व विंचेस्टर रायफलीच्या नळीच्या टोकावरचा पडदा सरकवला. तो उठला, टोपडं काढलं आणि बाथरूममध्ये गेला आणि कपडे उतरवून शॉवरखाली मनसोक्त आंघोळ केली. व्हिस्कीचे दोन मोठे पेग फक्त बर्फ घालून एका मागोमाग घेतले. त्यावेळीही त्याचे कान, आता अस्पष्ट येत असलेल्या ऑर्केस्ट्राच्या आवाजाकडे होते. आठ वाजता तो आवाज थांबला. सेंडर हळू आवाजात मुख्य स्टेशनला भराभर अहवाल सांगत होता. त्याला बाँडने सांगितलं, 'मी परत एकदा एक नजर टाकतो. ती उंच, सोनेरी केसांची, 'सेलो' नेणारी मुलगी बरी वाटतेय.'

'मला नाही दिसली' सेंडरने तुटकपणे म्हटले. त्यात त्याला रस नव्हता. तो किचनमध्ये गेला. बहुतेक चहापाण्यासाठी असावा, असं बाँडला वाटलं किंवा

हॉर्लिक्स घेईल. बाँडने ती काळी टोपी घातली, पुन्हा पहिल्यासारखा पहुडला आणि दुर्बिणीचे टोक खाली करून शासकीय कार्यालयाच्या दारावर नजर ठेवली. हो, हो, त्या आता परत जात होत्या. पण आता तितक्याशा उत्साहात आणि हसतखेळत जात नव्हत्या. थकल्या असाव्यात बहुतेक. आणि ती– ती– आली बाहेर. आता तीही तितकी आनंदात नसली तरी तशीच सुंदर, निष्काळजी, आत्मविश्वासपूर्ण चालत होती. विल्हमस्ट्रासेच्या इंद्रधनुषी तिन्हीसांजेत दिसेनाशी होईपर्यंत, तिचे उडणारे सोनेरी केस आणि पिंगट रेनकोट हे सर्व बाँड मन लावून पाहात होता. कुठे राहात असेल ती? उपनगरातील कोणत्यातरी ओंगळ, असह्य खोलीत? की प्रथितयश अपार्टमेंटमध्ये?

बाँडने सर्व जामानिमा उतरवला. ती कुठेतरी जवळपास राहात असेल. तिचं लग्न झालं असेल का? तिला प्रियकर असेल का? जाऊ दे, गेली उडत ती! ती त्याच्यासाठी नव्हतीच!

दुसरा दिवस आणि दुसऱ्या रात्रीचा पहारा म्हणजे थोड्याफार फरकाने पहिल्या दिवसाची व रात्रीची पुनरावृत्तीच होती. जेम्स बाँडला स्नायपरस्कोपमधून त्या मुलीचं दर्शन पुन्हा दोनदा थोडं थोडं झालं आणि बाकी वेळ फक्त ताण वाढत गेला. त्याने कसाबसा वेळ काढला. त्यामुळे तिसरा म्हणजे शेवटचा दिवस उजाडला तेव्हा त्या लहानशा खोलीत गुदमरलेपण होते.

तिसऱ्या दिवशी बाँडने अतिशय खच्चून कार्यक्रम ठरवला. म्युझियम, कलादालनं, प्राणिसंग्रहालय, सिनेमा असा वेड लागल्यासारखा फिरत राहिला. ती मुलगी आणि त्या चार खिडक्या, ती काळी नळी आणि त्यामागील अज्ञात व्यक्ती यांमध्ये त्याचं मन गुंतलं होतं. ह्या व्यक्तीला तो आज नक्कीच मारणार होता नं!

त्या अपार्टमेंटमध्ये बरोबर पाच वाजता बाँडने स्वतःसाठी कडक व्हिस्की ग्लासात ओतली तेव्हा कॅप्टन सेंडरशी वाद होता होता राहिला. आता ती घामाने घाणेरडा वास येऊ लागलेली कानटोपी डोक्यात चढवण्याआधी व्हिस्की आवश्यक होती. कॅप्टन सेंडरने त्याला मना केलं. पण जेव्हा बाँडने ऐकलं नाही तेव्हा, 'बाँडने प्रशिक्षणातील नियमांचं उल्लंघन केल्याबद्दल बॉसला कळवेन,' अशी सेंडरने धमकी दिली.

'हे बघ माझ्या मित्रा,' बाँड वैतागून म्हणाला,' आज रात्री मला खून करावाच लागणार. तुला नाही, मला. तेव्हा तू मैत्रीखातर हे विसर. करशील नं एवढं? हे सर्व संपल्यावर तुला हवं ते तू टँक्वेरेला सांग. तुला काय वाटतं, मला हे काम आवडतं? हा डबल ओ नंबर असणं वगैरे? तू मला डबल ओ खात्यातून डच्चू देवविलास तर मी फार खूष होईन. मग मी शांतपणे, सर्वसाधारण कर्मचाऱ्याच्या जागी पेपर्सच्या उबदार गठ्ठ्यात आनंदानं राहीन. बरोबर आहे?' बाँडने व्हिस्की

रिचवली आणि त्याच्या थरारनाट्याचा शेवट करण्यासाठी पलंगावर अंग टाकले.

थंड, शांत कॅप्टन सेंडर किचनमध्ये गेला आणि त्याने त्याचा नेहेमीचा कॉफीचा कप तयार केला.

व्हिस्कीमुळे पोटातील चिंतेचा गोळा विरघळत असल्याचं बाँडला जाणवलं. 'हं लिसलोट, तू आता या सगळ्या चक्रातून कसा बाहेर निघणारेस?'

बरोबर सहा वाजून पाच मिनिटांनी सेंडरने त्याच्या जागेवरून उत्तेजित होऊन बोलायला सुरुवात केली. 'बाँड, तेथे दूर मागे काहीतरी हलतंय. आता तो थांबला– थांब– नाही, तो परत हलतो आहे, खाली वाकून. थोडी तुटलेली भिंत आहे तिथे. शत्रूच्या नजरेआड होऊ शकेल तिच्यामागे तो. पण काही यार्ड दाट झुडपं त्याच्या पुढे आहेत. अरे देवा! तो त्या झुडपांमधून येतोय आणि ती हलताहेत. आपण देवाची प्रार्थना करू या की ती वाऱ्याने हलताहेत असं त्यांना वाटू दे. आता तो त्यातून पुढे आला आणि मैदानाकडे गेला. खिडकीतून काही प्रतिक्रिया?'

'नाही' बाँड चिंतायुक्त स्वरात म्हणाला, 'मला सांगत राहा. सरहद्दीपासून किती अंतर आहे?'

'त्याला आता फक्त पन्नास यार्ड जायचंय' कॅप्टन सेंडरचा आवाज उत्तेजित होऊन तीव्र झाला होता. उद्ध्वस्त जागा पण त्यातील काही उघडी आहे. मग भिंतीचा एक कडक तुकडा उभा आहे फुटपाथवर. तो त्याला पार करावाच लागेल. तेथे तो त्यांना दिसणारच. आत्ता! तो आता दहा यार्ड आला, आणखी दहा. तो नीट दिसतोय. हात आणि चेहरा काळा केलाय. तयार राहा! आता कोणत्याही क्षणी तो शेवटची जोराची धाव घेईल!'

जेम्स बाँडला स्वत:च्या चेहेऱ्यावरून व मानेवरून घाम गळताना जाणवत होतं. त्याने एकदा पटकन् हात बाजूला करून पुसण्याची संधी साधली आणि परत रायफलवर ठेवलं. बोट गार्डच्या आत बाकदार चापाच्या शेजारी ठेवलं. 'त्या खोलीत बंदुकीच्या मागे काहीतरी हालचाल होतेय. त्यांनी पण त्याला पाहिलंय. ती ओपेल चालू करा.'

बाँडने संकेतशब्द मायक्रोफोनमध्ये गेलेला ऐकला. खाली ओपेल सुरू झालेली ऐकली. तिचं इंजिन सुरू झालं तशी त्याची स्वत:ची नाडीही जलद झाली. आणि कानठळ्या बसणाऱ्या आवाजाची मालिका गाडीच्या एक्झॉस्ट पाईपमधून बाहेर आली.

समोरच्या काळ्या गुहेत आता नक्कीच हालचाल झाली होती. एक काळा हातमोजा घातलेला काळा हात बंदुकीच्या दस्त्याखाली गेला.

'आत्ता,' कॅप्टन सेंडर एकदम बोलला.' आता तो भिंतीकडे पळतोय! तो तिच्यावर चढला! आता उडी मारणार आहे!'

आणि तेव्हाच, बाँडने दुर्बिणीत त्या 'ट्रिगर' चं डोकं बघितलं, ते सोनेरी केसांचं टोपलं कॅलश्नीकोव्हच्या दस्त्याबरोबर तेथे होतं. ती बधिर होती, एक बैठं बदक जणू! बाँडची बोटं स्क्रूवर झटकन आली. इंचभर गोल फिरवले आणि सबमशिनगनच्या तोंडातून पिवळी ज्योत फडफडताक्षणी बंदुकीचा चाप ओढला.

बरोब्बर तीनशे दहा यार्डावर जेथे दस्ता संपतो तेथे गोळीचा नेम लागला असेल. कदाचित तिच्या डाव्या हाताला लागला असेल; पण त्याचा परिणाम असा झाला की बंदूक स्टँडवरून चक्क निखळली. खाली पडताना तिने बऱ्याच गटांगळ्या खाल्ल्या आणि रस्त्याच्या मध्यावर आपटली.

'तो आला इकडे!' कॅप्टन सेंडर ओरडला.' तो पोचला! जमलं त्याला! देवा! जिंकला तो!'

'खाली हो!' बाँड तिखटपणे म्हणाला आणि स्वतःला पलंगावरून खाली लोटून दिलं. कारण समोरच्या एका काळोख्या खिडकीतून सर्चलाईट सुरू झाला होता. तो रस्त्यावरून भेलकांडत त्यांच्या घराच्या आणि मग खोलीच्या दिशेने प्रकाश फेकू लागला. मग सटासट बंदुकीच्या गोळ्या बाँडच्या खिडकीतून आत आल्या. त्यांनी पडदे चिरले, लाकूडकाम तोडले आणि काही भिंतीत जाऊन आपटल्या.

या गोळ्यांच्या वर्षावाच्या आवाजामागे ओपेल जोरात रस्त्यावरून गेल्याचा आवाज बाँडने ऐकला. त्या आवाजाच्याही मागे वाद्यवृंदाचं गुणगुणणं ऐकलं. दोन आवाजांचं मिश्रण कानांवर पडलं आणि एकदम मनात काही चमकलं. 'ओ यस! येथे ओपेल वापरली, तशीच त्यांच्या शासकीय यंत्रणेने हैराण करणारा कर्कश आवाज करण्यासाठी वाद्यवृंदाची सोय केली होती. त्यायोगे 'ट्रिगर'च्या गोळीबाराचा आवाज लपवण्याची त्यांची योजना होती. तिने त्या 'सेलो'च्या पेटीत रोज रायफल नेली व आणली असेल का? पूर्ण वाद्यवृंद केजीबीतील स्त्रियांचा असेल का? इतर वाद्यपेट्यांत इतर साधनं ठेवली असतील का? उदाहरणार्थ मोठ्या ड्रमच्या पेटीत सर्च लाईट? आणि खरी वाद्यं सभागृहातच आधीपासून असतील का? खूप मेहनतीने बारीकसारीक गोष्टींकडे लक्ष पुरवलेले होते का? योजनेची आखणी खूप विलक्षण होती का? असणार बहुतेक! त्या मुलीच्या बाबतीत मात्र काही शंकाच नाही. स्नायपरस्कोपमधून, तिचा नेम धरणारा सुंदर पापणीचा एक डोळा बाँड पाहू शकला होता. त्याने तिला जखम केली का? डाव्या हाताला नक्कीच केली. तिला बघण्याची संधी आता मिळणार नाही. ती वाद्यवृंदाबरोबर गेली असेल तर, यापुढे तो तिला कधीच बघू शकणार नाही. ही खिडकी यापुढे मृत्यूचा सापळा ठरली आहे. एक चुकलेली गोळी विंचेस्टरवर अशी आदळली की रायफल उलटली आणि तिचं नुकसान झालं. गरम शिसं बाँडच्या हातावर शिंपडलं गेलं आणि त्याची त्वचा भाजली. अचानक गोळीबार थांबला आणि खोलीत शांतता पसरली.

कॅप्टन सेंडर केसातील काचेचा चुरा झटकत पलंगाच्या बाजूनं आला. ते दोघे जमिनीवर सरपटत, कपच्या उडालेल्या दारातून किचनमध्ये गेले. तेथे ते रस्त्यापासून दूर असल्यामुळे दिवा लावू शकले.

'काही नुकसान झालं?' बाँडनं विचारलं.

'नाही. तू ठीक आहेस का?' कॅप्टन सेंडरचे डोळे लाल झाले होते. अशा अटीतटीच्या वेळी साहजिकच होतं ते! त्या डोळ्यांत काहीशी रोषाची झाकही होती.

'हो. माझ्या हातासाठी एक मलमपट्टी हवी आहे. एका गोळीने थोडे शिंतोडे उडवले.' बाँड बाथरूममध्ये गेला. तो बाहेर आला तेव्हा पुढच्या खोलीतून आणलेल्या वॉकीटॉकीवर कॅप्टन बोलत होता. 'आतापुरतं इतकंच आहे. २७२ ठीक आहे. झटकन लष्करी गाडी पाठवा. इथून निघून जायला मिळालं तर आनंद होईल. आणि ओ ओ सेव्हनने त्याच्या बाजूची हकिकत पाठवण्याची आवश्यकता आहे. बरंय? मग ओव्हर अँड आऊट.'

कॅप्टन सेंडर बाँडकडे वळला. थोड्या रोषाने व थोडं गोंधळून जाऊन विचारलं, 'तू त्या 'ट्रिगर'ला ठार का मारलं नाहीस, त्याबद्दलची तुझी कारणं स्टेशनबॉसला लेखी हवी आहेत. मला त्याला सांगावं लागलं की शेवटच्या क्षणी तू तुझा नेम बदललास. 'ट्रिगर'ला मारा करायला वेळ दिलास. २७२ नशीबवान! त्याने पळायला नुकतीच सुरुवात केली होती. त्याच्या मागच्या भिंतीची मोडतोड झाली. ते सर्व कशासाठी होतं?'

जेम्स बाँडला माहीत होतं की यावर तो खोटं बोलू शकतो. डझनभर खोटी कारणं देऊ शकतो. त्याऐवजी त्याने स्वत:साठी ओतलेल्या व्हिस्कीचा मोठा घोट घेतला. आणि ग्लास खाली ठेवत कॅप्टन सेंडरच्या डोळ्यांत सरळ पाहात म्हणाला, 'ट्रिगर' एक स्त्री होती.'

'म्हणून काय झालं? केजीबीकडे भरपूर स्त्री गुप्तहेर आणि नेमबाज आहेत. मला नाही काही आश्चर्य वाटलं. नेमबाजीच्या जागतिक स्पर्धात रशियन स्त्रियांचा संघ उत्तम कामगिरी बजावतो. गेल्या आठवड्यात मॉस्कोत सात देशांच्या स्पर्धेत त्यांनी पहिली तीनही क्रमांकांची बक्षिसं पटकावली होती. मला त्यांतील दोघींची नावंही आठवताहेत– डॉन्स्काया आणि लोमोव्हा. त्या दोघींपैकी ही एक असू शकेल. कशी दिसत होती ही? रेकॉर्डवरून कळेल बहुतेक!'

'ती सोनेरी केसांची होती. तीच 'सेलो' नेणारी वाद्यवृंदातील मुलगी होती. बहुतेक सेलोपेटीत तिने बंदूक ठेवली होती. वाद्यवृंद सर्व गोळीबाराचा आवाज लपवायला योजला होता.'

'ओ! अच्छा तू ज्या मुलीबद्दल म्हणत होतास तीच का?' कॅप्टन हळूच म्हणाला.

'बरोबर!'

'अस्सं. माफ कर मला, पण मला हे सर्वही रिपोर्टमध्ये लिहावं लागेल. तुला स्पष्ट हुकूम होता. 'ट्रिगर'ला ठार मारण्याचा!'

त्यावेळी एक गाडी येत असल्याचा आवाज आला. ती खाली कुठेतरी थांबली. दोनदा बेल वाजली. 'चल, आता निघू या इथून. आपल्याला इथून न्यायला लष्करी गाडी पाठवली आहे त्यांनी!' सेंडर म्हणाला. तो थबकला आणि बाँडची दृष्टी टाळत म्हणाला, 'मला रिपोर्टविषयी माफ कर. पण मला माझं कर्तव्य करावं लागतंय, हे माहीत आहे तुला. त्या आडून गोळीबार करणाऱ्या नेमबाजाला तू ठार करायला हवं होतंस. मग तो कोणीही असू दे.'

बाँड उठला. अचानक त्याला या कुबट, थोड्या मोडकळीला आलेल्या फ्लॅटमधून जावंसं वाटेना. इथे गेले तीन दिवस येथून त्या अज्ञात मुलीबरोबर– एका अज्ञात गुप्तहेर, शत्रूबरोबर एकतर्फी प्रणय झाला होता. गरीब बिचारी ती! त्याच्यापेक्षाही जास्त अडचणीत येणार ती आता! हे काम चुकवल्याबद्दल नक्कीच तिच्यावर लष्करी खटला भरला जाईल. बहुतेक केजीबी हाकलतील. त्याने खांदे उडवले. त्याने जसं तिला मारलं नव्हतं तसंच तेही तिला निदान ठार मारणार नाहीत.

जेम्स बाँड कंटाळून म्हणाला, 'ठीक आहे. माझ्या नशिबाने मला डबल ओ नंबर गमवावा लागेल. पण स्टेशनबॉसला सांग काळजी करू नका. ती मुलगी आता कधीही नेमबाजी करू शकणार नाही. बहुतेक डावा हात गमावलाय तिने. तिची जिद्द तर नक्कीच मोडली असेल अशा कामांची. आयुष्यातील प्रकाशच नाहीसा झाला आहे तिच्या आयुष्यातून. माझ्या दृष्टीने हे पुरेसं आहे. चल जाऊ या!'

■

संपत्ती एका कुलीन स्त्रीची

जूनची सुरुवात झालेली असूनही भलतीच गरमी होती त्या दिवशी. डबल ओ सेक्शनच्या दस्तैवजावर खुणा करण्यासाठी वापरलेली करडी पेन्सिल खाली ठेवून जेम्स बाँडने कोट काढून ठेवला. मेरी गुडनाईटनं स्वखर्चानं हँगर आणून त्याच्या कार्यालयाच्या दारामागे लावला होता. उठून तिथे कोट अडकवण्याचे तर दूरच पण स्वत:च्या खुर्चीमागेही नीट अडकवण्याचा त्रास त्याने घेतला नाही. त्याने कोट जमिनीवर टाकला. कोट चुरगळू नये, कडक इस्त्रीचा राहावा याची गरज नव्हती. कोणतेही काम करण्याचे काही लक्षण दिसत नव्हते. जगभर सर्व शांती होती. रोजचे तेचतेच इन आणि आउटचे सिग्नल्स गेले कित्येक आठवडे येत-जात होते. 'सिटरेप' सारखा अत्यंत गुप्त बातम्या देणारा पेपरही जांभया देत होता. भरपूर वाचक मिळावे म्हणून स्थानिक प्रकरणं खाजवणारे पेपर्स, वाईट बातम्या देऊन वाचकवर्ग मिळवणारे पेपर्स, पैशासाठी गुप्त बातम्या देणारे पेपर्सही शांत होते.

असा पोकळी आणणारा वेळ बाँडला वैताग आणायचा. तो खरे तर वाचत होता रोमांचक विज्ञान शोधनिबंध. मुलांच्या खेळण्यातील फवारा सोडणाऱ्या पिस्तुलातून सायनाईड गॅसचे बल्ब सोडून हत्या करणाऱ्या रशियन पद्धतीबद्दल. पण बाँडचे लक्ष, पानातील मजकुरावर जेमतेम होते. तो फक्त पानं उलटत होता. तो फवारा जर तोंडावर सोडला तर ताबडतोब परिणाम करायचा. हा फवारा पंचविशीवरच्या व्यक्तीवर जिना चढताना किंवा उतरताना वापरावा असे सांगितले होते. त्यामुळे हृदयविकाराचा झटका हे मृत्यूचे कारण ठरवले जाऊ शकते.

जेम्स बाँडचं लक्ष कुठेतरीच असताना अचानक लाल फोनची कर्कश रिंग खोलीभर घुमली. त्यामुळे बाँडचा हात आपोआप आपल्या डाव्या बगलेकडे गेला स्वसंरक्षणासाठी! स्वत:ची प्रतिक्रिया लक्षात येऊन त्याच्या जिवणीच्या कडा सैलावल्या.

दुसऱ्याच रिंगला त्याने फोन उचलला.

'सर?'

'सर!'

तो खुर्चीतून उठला आणि कोट उचलला. त्याने कोट चढवला आणि त्याबरोबर मनावरचा आळसही झटकला. आता त्याला ब्रिजवर जायला हवे होते. शेजारच्या लागून असलेल्या ऑफिसमधून तो चालत गेला. मेरी गुडनाईटच्या आकर्षक मानेवरचे केस विस्कटून टाकायचं आकर्षण आवरून पुढे गेला. शेजारच्या दळणवळण खात्याच्या कोलाहलातून, गालीचा अंथरलेल्या कॉरिडॉरमधून पुढे जाऊन लिफ्ट घेऊन आठव्या मजल्यावर गेला. जाताना मेरीला 'एम्' एवढेच सांगून गेला.

मिस मनीपेनीच्या चेहेऱ्यावरून काही कळत नव्हतं. सर्वसाधारणपणे तिला काही माहीत असेल तर ते तिच्या चेहेऱ्यावर दिसायचं. मनातली खळबळ, उत्सुकता आणि जर बाँडला धोका असेल तर प्रोत्साहन किंवा चीडसुद्धा दिसायची. आत्ताचं स्वागताचं हसू मात्र निर्विकार होतं. हे काहीतरी कंटाळवाणं नित्यनेमाचं काम दिसतंय हे बाँडच्या लक्षात आलं आणि त्या सर्वांचा सोक्षमोक्ष लावणाऱ्या दारातून तो आत गेला.

तेथे एक अनोळखी पाहुणी बसली होती. ती 'एम'च्या डावीकडे बसली होती. बाँड येताच त्याने फक्त वर नजर टाकली आणि त्या लेदर टॉप टेबल समोरील नेहमीच्या खुर्चीत बाँड बसला.

आपल्या कडक स्वरात एम् म्हणाला, 'डॉ. फ्रॅन्शॉ, मला नाही वाटत तुम्ही आमच्या चौकशीखात्यातील कमांडर बाँडला भेटला आहात.'

या अशा मिथ्या गौरवाची बाँडला सवय होती.

तो उठला आणि हात मिळवायला त्याने हात पुढे केला. डॉ. फ्रँशॉ उठला आणि बाँडच्या हाताला त्याने जेमतेम स्पर्श केला; पण लगेच पटकन बसला. जणू काही एखाद्या सैतानाशीच हात मिळवला होता त्याने.

त्याने बाँडची दखल केवळ एक मानवी आकृती इतकीच घेतली. बाँडच्या लक्षात आलं की डॉ. फ्रॅन्शॉचे डोळे फारच तीक्ष्ण असावेत. हा तर खरा निष्णात मनुष्य दिसतो आहे. त्याला माणसापेक्षा घटना, शास्त्र, विषय अशांबद्दल कळकळ असावी. बाँडच्या मनात आलं एम्नं थोडीशी आधी कल्पना दिली असती तर बरं झालं असतं. आपल्या स्टाफला अचानक सांगून चकित करण्याची, थोडीशी बालिशच अशी एम्ची सवय होती हे बाँड जाणून होता. पण बाँडला स्वतःचा दहा मिनिटांपूर्वीचा कंटाळा आठवला तेव्हा त्याच्या मनात आलं, बहुतेक एम्लाही हा जूनचा उन्हाळा, गरमी, कामातील त्रासदायक पोकळी जाणवत असावी. त्यामुळे या छोट्याशा अनपेक्षित आणीबाणीचा उपयोग जास्तीत जास्त करत एम् स्वतःची

वैतागापासून सुटका करून घेत असेल.

हा गृहस्थ मध्यमवयीन, गुलाबी व खात्यापित्या शरीराचा होता. चार बटणांचा गर्दनिळा कोट, बाह्या वर केलेल्या, गळ्यातील सिल्कच्या स्कार्फवर मोत्याची पिन, स्वच्छ विंग कॉलर, जुन्या नाण्यासारखी दिसणारी कफलिंक्स, असा एडवर्ड थाटाचा थोडासा गबाळा पोषाख त्याने केला होता. काहीसा साहित्यिक, कदाचित समीक्षक, एक अविवाहित, समलिंगी कल असलेला असावा अशी बाँडने अटकळ बांधली.

एम् म्हणाला, 'डॉ. फ्रॅन्शॉ हे प्राचीनकालीन दागदागिन्यांचे मान्यवर पारखी आहेत. शिवाय गुप्तपणे एच एम कस्टमचे व सीआयडीचे सल्लागार आहेत. खरं म्हणजे मला आपल्या एम् १५ वरील मित्रांनीच त्यांची शिफारस केली आहे. आपल्या मिस फ्रूडेन्स्टिनच्या संबंधात आहे हे.'

बाँडच्या लगेच भुवया उंचावल्या. मारिया फ्रूडेन्स्टिन ही गुप्तहेर खात्याच्या आतल्या गोटातली सोविएत केजीबीची गुप्तहेर होती. ती संपर्क खात्यात होती; पण त्यात खास तिच्यासाठी एक बंदिस्त भाग बनवला होता. जांभळ्या सांकेतिक लिपीचं काम बघण्यापुरतं सीमित तिचं काम होतं. ही जांभळी लिपीसुद्धा खास तिच्यासाठी बनवली होती. दिवसातून सहा वेळा ती लिपी सोडवून लांबलचक खुलासे वॉशिंग्टनच्या सीआयएला पाठवण्याची जबाबदारी तिच्यावर होती. सेक्शन १०० ला त्या संदेशावरून दुहेरी हेराचे काम चालवण्याची जबाबदारी पार पाडता यायची. खऱ्या घटना व उघड झालेल्या निरुपद्रवी माहितीचे आणि वेळप्रसंगी मिळणाऱ्या चुकीच्या माहितीचे सुवर्णयोग, यांच्या कल्पक मिश्रणाचे ते संदेश होते. मारिआ फ्रूडेनस्टीनला जेव्हा नोकरीत घेतली तेव्हा ती रशियन हेर असल्याचं माहीत होतं. जांभळ्या सांकेतिक लिपीची चोरून फोड करण्याची तिला मुभा दिली होती. त्यामागे एक कारण होतं की सिटरेपच्या संदेशांच्या लिपीची फोड करून संदेश रशियनांना कळू द्यायचे आणि अशा प्रकारे योग्य तेव्हा त्यांना खोटी माहिती पुरवायची. अत्यंत काळजीने हाताळण्याचे हे अतिगुप्त काम होतं. परंतु आता ते गेली तीन वर्षं सहजपणे चालू होतं आणि मापिआने प्रमुख कार्यालयाच्या कँटीनमधील काही गप्पांमधून काही माहिती उचलली तरी तो अत्यावश्यक असा धोका होता आणि ती तशी फारशी आकर्षक नसल्यामुळे फार कोणाशी संबंध ठेवेल व सुरक्षिततेला धोका होईल असंही शक्य नव्हतं.

एम् डॉ. फ्रॅन्शॉकडे वळला. 'डॉक्टर, तुम्ही कमांडर बाँडला हे सगळं कशाबद्दल आहे ते सांगाल नं?'

'नक्कीच, नक्कीच' डॉक्टर फ्रॅन्शॉने पटकन् बाँडकडे बघितलं आणि मग नजर दुसरीकडे वळवली. स्वतःच्या बुटांकडे बघत तो म्हणाला, 'त्याचं असं आहे

कमांडर, तू फॅबर्जे नावाच्या माणसाबद्दल ऐकलं असशीलच, याबद्दल मला शंका नाही. तो प्रसिद्ध रशियन जवाहीर!'

'क्रांतीच्या आधी झार आणि झारिनासाठी अप्रतिम इस्टर एग्ज बनवली होती त्याने.'

'हो, ते त्याचं एक वैशिष्ट्य होतंच. त्याशिवाय त्याने खूप उत्तमोत्तम वस्तू बनवल्या होत्या. आज शोरुममध्ये त्यातील सर्वोत्तम वस्तूंना खरंच प्रचंड किंमत मिळते– ५०,००० डॉलर्स किंवा त्यापेक्षा जास्तही आणि अलीकडे देशांत आलेला त्याचा सर्वांत आश्चर्यकारक नमुना आहे– पाचूगोल. आतापर्यंतच्या कलाकुसरींपैकी सर्वोत्तम कलेचा नमुना. त्या हुषार माणसाने बनवलेल्या केवळ रेखाटनावरून कळला आहे असा. ही मौल्यवान वस्तू रजिस्टर्ड पोस्टाने पॅरिसहून आली आणि ती आली ह्या तुझ्या माहितीतील मारिआ फ्रूडेन्स्टिनच्या नावाने.'

'वा छानच छोटेसे प्रेझेंट. मी तुम्हाला एक विचारू का डॉक्टर? तुम्हाला कसं कळलं हे?'

'तुझ्या चीफने तुला सांगितलं त्याप्रमाणे मी कस्टम्स आणि एक्साइजचा सल्लागार आहे, पुरातन जवाहीर आणि तत्सम कलावस्तूंमध्ये. त्या पॅकेटची जाहीर किंमत १,००,००० डॉलर्स होती. हे जरा वेगळंच होतं. अशी पुडकी गुपचूपरीत्या उघडण्याच्या पद्धती आहेत. अर्थातच होम ऑफिसच्या वॉरंटखाली ते पॅकेट उघडले गेले. त्याची किंमत ठरवायला मला बोलावले गेले. मी तो पाचूचा स्फिअर (गोल) ताबडतोब ओळखला. फॅबर्जेच्या कारागिरीचा आलेख आणि माहिती केनेथ स्नोमनने दिली होती, त्यात त्याबद्दल उल्लेख होता. ही जाहीर किंमत कमी असू शकेल असे मी म्हटले; पण मला एक विशिष्ट गोष्ट जास्त मनोरंजक वाटली ती म्हणजे रशियन आणि फ्रेंचमध्ये लिहिलेली ह्या वस्तूची खात्री देणारी कागदपत्रे!' डॉ. फॅन्शॉने समोर पडलेल्या फोटोस्टॅट कागदाकडे निर्देश केला. एमूच्या टेबलावर पडलेली ती वंशावळ होती. 'ती मी केलेली कॉपी आहे. तिच्यात थोडक्यात असं सांगितलंय की, स्फिअर करण्याचं काम मिस फ्रूडेन्स्टिनच्या आजोबांनी थेट फॅबर्जेला १९१७ मध्ये दिले होते. एका किमती व ने-आण करायला सुलभ अशा वस्तूत रूपांतरित करण्यासाठी त्यांचे रूबल्स केले असणार ह्याबद्दल शंका नाही. आजोबांच्या मृत्यूनंतर १९१८ मध्ये तो त्यांच्या भावाकडे दिला गेला आणि नंतर १९५० मध्ये मिस फ्रूडेन्स्टिनच्या आईकडे दिला गेला. असं दिसतंय की लहानपणीच तिने रशिया सोडला आणि पॅरिसमध्ये गोऱ्या रशियन देशांतरवासियांच्या वर्तुळात ती राहत होती. तिने कधीच लग्न केलं नाही. पण बेकायदेशीररीत्या या मारिआला जन्म दिला. ती गेल्या वर्षी वारली असं दिसतंय. पेपर्सवर सही नाही आहे; पण कोणी मित्राने किंवा मृत्युपत्रव्यवस्थापकाने हा स्फिअर या कायदेशीर वारसाला म्हणजे मिस मारिआ

फ्रूडेन्स्टिनला पाठवला. मला त्या मुलीची चौकशी करण्याचं तसं काही कारण नव्हतं. माझे त्याबद्दलचे हितसंबंध केवळ उत्साहापोटी होते हे तुला लक्षात आलं असेलच. पण गेल्या महिन्यात सोदेबीने या वस्तूचा लिलाव पुढील आठवड्यानंतर करण्याचे जाहीर केले तेव्हा त्याचा उल्लेख 'एका विदुषीची मालमत्ता' असा केला. ब्रिटिश म्युझियमतर्फे आणि इतर काही हितसंबंधियांसाठी मी जरा खोलवर चौकशी केली आणि त्या स्त्रीला भेटलो. तिने अत्यंत शांतपणे कागदपत्रातील असंभवनीय माहितीला दुजोरा दिला तेव्हाच मला कळलं की ती सुरक्षा मंत्रालयात कारकून आहे. मग माझ्या संशयी मनात विचार आला की नाजुक कामात गुंतलेल्या एका छोट्या कारकुनाला अचानक १,००,००० डॉलर्स एवढ्या किमतीची वस्तू परदेशातून भेट म्हणून येते हे जरा वेगळं आहे. माझ्या कस्टम्सच्या कामामुळे माझे एका ज्येष्ठ अधिकाऱ्याशी संबंध आहेत, त्याच्याशी मी बोललो आणि पुढे मला या खात्याकडे पाठवण्यात आलं!' डॉ. फॅन्शॉने आपले हात पसरले आणि बाँडकडे दृष्टिक्षेप टाकत म्हणाला, 'आणि कमांडर हेच इतकं मी तुम्हाला सांगण्यासारखं आहे.'

'थँक्यू डॉक्टर. मला तुम्हाला फक्त एक-दोनच प्रश्न विचारायचेत. त्यापेक्षा जास्त मी तुम्हाला थांबवत नाही.'

'तुम्ही ह्या पाचूच्या बॉलची परीक्षा केली आहे का? तो खरा आहे?' एम् मध्ये बोलला.

डॉ. फॅन्शॉने बुटांवरील नजर काढली. एम्च्या डाव्या खांद्याच्या बाजूच्या कुठल्यातरी दिशेला बघत बोलला. 'हो हो नक्कीच. फॅबर्जेचे जगातील निष्णात रत्नपारखी तसेच विक्रेते वार्टस्कीमचे श्री. स्नोमन यांनीही खात्री केली आहे. हा नक्कीच हरवलेला उत्कृष्ट नमुना आहे. केवळ कार्ल फॅबर्जेचे काढलेले एक रेखाचित्र इतकीच त्याबद्दलची नोंद होती.'

'त्या कागदपत्राचं काय? तज्ज्ञ काय म्हणताहेत त्याबद्दल?'

'तो पुरेसा आहे. फॅबर्जेच्या बड्या चीजा खाजगीरीत्याच करून घेतल्या गेल्या होत्या. मिस फ्रूडेन्स्टिन म्हणते की तिचे आजोबा पोर्सेलीन उद्योजक होते, प्रचंड श्रीमंत होते. फॅबर्जेचा ९९% माल परदेशी गेला आहे. काही थोड्या चीजवस्तू क्रेमलीन मध्ये राहिल्या आहेत. 'क्रांतिपूर्व रशियन जवाहिरांचे नमुने' असं त्याचं वर्णन करतात. 'केवळ भांडवलशाहीची नकली खेळणी' असं रशियन अधिकाऱ्यांचं मत आहे त्याबद्दल. ते अधिकृतरीत्या त्याचा तिरस्कार करतात. फ्रेंच कलाकरांच्या विशिष्ट रंग-प्रकाश पद्धतीच्या चित्ररेखनाच्या अप्रतिम संग्रहाबद्दलही अधिकृतरीत्या असाच तिरस्कार करतात.'

'म्हणून सोविएत लोकांनी आजही या फॅबर्जेच्या कारागिरीचे काही नमुने ठेवले आहेत. इतकी वर्षे हा पाचूबॉल क्रेमलीनमध्ये कुठेतरी गुप्तपणे ठेवलेला असण्याची

शक्यता आहे का?'

'नक्कीच. क्रेमलीनचा खजिना प्रचंड आहे. कोणालाही माहीत नाही कायकाय लपवून ठेवलंय. त्यांना पाहिजे तेवढ्याच वस्तूंचं त्यांनी प्रदर्शन केलंय अलीकडे.'

एम्ने पाईप काढला व पेटवला. धुरातून त्याचे डोळे शांत आणि निर्विकार दिसत होते. 'म्हणजे हा पाचूबॉल क्रेमलीनमधून बाहेर काढून मालकी दाखवण्यासाठी खोट्या ऐतिहासिक गोष्टी चिकटवून आणि रशियासाठी केलेल्या कामाचे एखाद्या मित्राला बक्षीस म्हणून देण्यासाठी परदेशात हस्तांतर करणे हे सर्व कोणाला अशक्य नाही, नाही का?'

'अजिबात नाही.' एखाद्याला कामाचं बक्षीस द्यायचं असेल तर ते बँकेच्या खात्यात भलीमोठी रक्कम टाकून धोका पत्करण्यापेक्षा अशा प्रकारे सहज शक्य आहे.'

'पण हे बक्षीस त्या वस्तूच्या विक्रीतून मिळालेल्या किंमतीवर ठरेल. उदाहरणार्थ, त्याची लिलावातील किंमत?'

'बरोब्बर.'

'आणि सोदेबीत त्याच्या काय किंमतीची अपेक्षा आहे तुला?'

'सांगणं अशक्य आहे. वॉर्टस्की खूप वरची बोली लावेल. पण ती किती वरची असेल हे ते सांगायला तयार नसतील. त्यांचा स्टॉक किती आहे, किंवा कोणत्या ग्राहकासाठी ते काम करताहेत त्यावर ठरेल. इतर लोक किती बोली लावतात त्यावर ठरेल. तरीपण एक लाख पौंडापेक्षा कमी नाही.'

'ओऽ!' एम् ची जिवणी कोपऱ्यात वाकडी झाली. 'भलताच महागडा आहे हा गोळा!'

डॉ. फ्रेन्शॉ थक्क झाला, एम्च्या या अरसिक उद्‌गारांबद्दल त्याने सरळ एम्कडे बघून म्हटलं, 'सद्‌गृहस्था, सोदेबीत एक लाख चाळीस हजार पौंडाना विकलेले, नॅशनल गॅलरीत ठेवलेले व पुढे चोरीस गेलेले गोया म्हणजे, कॅनव्हास आणि पेंटचे खर्चिक महागडे गोळे असे म्हणशील की काय तू?'

'माफ करा मला! डॉ. फ्रेन्शॉ, मी फारच वेंधळ्यासारखा बोललो. कलाकृतींमध्ये रस घ्यायला मला कधी वेळच मिळाला नाही आणि आरमारी अधिकाऱ्याच्या पगारातून मी त्या घेणेही शक्य नव्हते. आजकाल लिलावातून किती प्रचंड किमतीचा सौदा चालतो त्याबद्दल माझा वैताग मी दाखवत होतो.' एम् थोडा समजुतीने म्हणला.

'तुम्ही जरूर तुमची मतं मांडू शकता' डॉ. फ्रेन्शॉ पुटपुटला. आता एम्ला या तणातणीतून सोडवण्याची जरूर आहे असं बाँडला वाटलं. डॉ. फ्रेन्शॉना खोलीबाहेर काढणंही जरूर होतं. म्हणजे मग या थोड्या निराळ्या कामाबद्दल व्यावसायिक

दृष्ट्या बोलणंही शक्य होणार होतं. तो एमूला म्हणाला, ‘बरंय तर सर! यापेक्षा जास्त माहितीची जरूर नाही असं मला वाटतं. हे सर्व सरळ असण्याची शक्यता आहे. (देवा रे तसंच होऊ दे!) आणि फक्त तुमची एक कर्मचारी नशिबवान ठरण्याची ही बाब असेल. डॉ. फ्रेन्शॉनी इतका त्रास घेतला हा त्यांचा चांगुलपणा आहे.’

मग तो डॉक्टरांकडे वळून म्हणला, ‘तुम्हाला कुठे जायचं असेल तेथे पोहोचवायला तुमच्यासाठी ऑफिसची गाडी देऊ का?’

‘नको, थँक यू. बागेतून फिरत चालत जायला मला छान वाटेल!’

हस्तांदोलने झाली, निरोप घेतले गेले आणि बाँडने डॉक्टरना दारापर्यंत सोडले. बाँड परत खोलीत आला. तोपर्यंत एम्ने ड्रॉवरमधून एक जाड फाईल काढली होती. सक्त गुप्तता निदर्शक लाल चांदणी फाईलवर काढली होती. तो त्या फायलीत गर्क झाला होता. बाँड खुर्चीत बसला. खोलीत शांतता होती. फक्त कागद फडफडण्याचा आवाज येत होता. एम्ने निळ्या कार्डबोर्डचा एक फुलस्केप काढला. कर्मचाऱ्यांच्या गुप्त माहितीसाठी तो वापरला जायचा. त्याच्या दोन्ही बाजूला बारीक अक्षरांचं जणू जंगल होतं. एम्ने तो काळजीपूर्वक वाचला.

शेवटी त्याने तो फायलीत परत सरकवला आणि वर बघत म्हणाला, ‘हं सगळं बरोबर जमतंय.’ बोलतांना त्याचे निळे डोळे चमकत होते. ‘ती मुलगी १९३५ मध्ये पॅरिसमध्ये जन्मली. तिची आई चळवळीत काम करत होती. पळून जाण्याच्या ट्यूलिप मार्गाचं काम चालवत होती. त्यात पकडली गेली नाही. युद्धानंतर ही मुलगी सोर्बोनला गेली आणि वकिलातीच्या आरमारी सहाय्यकाच्या कार्यालयात दुभाषाचे काम करू लागली. बाकी तुला माहीत आहेच. तिच्या आईंचे चळवळीतील जुने मित्र तेव्हा एन् के व्ही डीत काम करत होते. त्यांच्यामुळे तिला अनाकर्षक अशा लैंगिक कामासाठी तडजोड करावी लागली. त्यानंतर ती ‘कंट्रोल’ साठी काम करते आहे. ब्रिटिश नागरिकत्वासाठी तिने आदेशानुसार अर्ज केला होता, त्यात शंका नाही. तिचं वकिलातीकडून मिळालेलं प्रमाणपत्रं आणि आईची चळवळीची नोंद यामुळे १९५९ मध्ये तिला नागरिकत्व मिळालंही. मग परदेशी कार्यालयाने आपल्यासाठी तिची शिफारस केली. पण तिथेच तिने मोठी चूक केली. आपल्याकडे यायच्या आधी तिने एक वर्षाची रजा मागितली आणि नंतर ती लेनिनग्राडच्या हेरगिरी प्रशिक्षण-शाळेत असल्याची बातमी हुचिसन नेटवर्कने कळवली. तिथे तिनं बहुतेक नेहमीचं प्रशिक्षण घेतलं आणि तिचं काय करायचं ते आपल्याला ठरवावं लागलं. विभाग १०० ने पर्पल सायफर– जांभळ्या सांकेतिक लिपीचं काम तिच्यासाठी योग्य आहे असा विचार केला. आता पुढचं सर्व तुला माहीत आहेच. गेल्या तीन वर्षांपासून ती केजीबीसाठी मुख्य कार्यालयात काम करते आहे आणि तिला तिच्या

कामाचा पुरस्कार आता मिळतो आहे– हा पाचूचा बॉल. एक लाख पौंडाचा पाचूचा बॉल आणि ते दोन प्रकारे लक्ष वेधणारं आहे. पहिलं म्हणजे पर्पल सायफरवर केजीबी पूर्ण विसंबलंय. नाहीतर त्यांनी असं विलक्षण बक्षीस दिलं नसतं. छान बातमी आहे ही. याचा अर्थ आपण पाठवत असलेली माहिती अधिक गरमागरम करून पाठवू शकतो. तिसऱ्या श्रेणीची फसवी माहिती पाठवू आणि दुसऱ्या श्रेणीची पण पाठवू शकू कदाचित. दुसरं म्हणजे आजपर्यंत ज्याबद्दल आपल्याला कळत नव्हतं त्याचा खुलासा होतो आहे. ह्या मुलीला आजपर्यंत तिच्या कामाचा एकदाही मोबदला मिळाला नव्हता. आपण जरा काळजीच करत होतो. तिचं ग्लीन मिल्समध्ये खातं आहे त्यात फक्त पन्नास पौंड वेतनाचा चेक दर महिन्याला भरला जात असे. आणि ती सतत तेवढ्या पैशात गुजराण करत असे. आता या आपल्याला कळलेल्या भपकेबाज नकली प्रकारे तिला एकरकमी बडं वेतन मिळत आहे. सगळं खूप समाधानकारक आहे.'

बारा इंची शिंपल्याच्या तळापासून बनवलेला ॲश ट्रे एम्ने घेतला. दुपारचं काम छान मनासारखं झाल्याच्या समाधानात पाईप काढला.

बाँड खुर्चीत चुळबुळला. खरं तर सिगरेटची खूप हुक्की आली होती त्याला. पण या जागी स्वप्नातही ते शक्य नव्हते. स्वत:च्या विचारांना चालना मिळण्यास मदत म्हणून सिगरेट हवीशी वाटत होती. या गूढ प्रश्नाला काहीतरी सतावणारे कंगोरे असावेत असं त्याला राहून राहून वाटत होतं. तो मृदूपणे म्हणाला,

'आपण कधी तिच्या स्थानिक अधिकाऱ्याकडे चौकशी केली आहे का की तिला तिच्या सूचना कशा मिळतात?'

'त्याची काही जरुरी नाही' एम् पाईपशी चाळा करत अधीरपणे म्हणाला, 'एकदा का तिने पर्पल सायफर वर पकड घेतली की तिला फक्त तिचं ठरलेलं काम करायचं होतं. हो रे बाबा, ती दिवसातून सहा वेळा सर्व त्यांच्या ओंजळीत ओतत होती. अशा कोणत्या सूचना त्यांनी तिला देण्याची गरज आहे? लंडनच्या केजीबीच्या माणसांना तिचं अस्तित्वही माहीत असेल की नाही ही शंकाच आहे. कदाचित निवासी संचालकाला माहीत असेल; पण तो कोण आहे, हे आपल्याला माहीत नाही हे तू जाणतोसच.'

अचानक बाँडला अंतर्ज्ञान झाल्यासारखे वाटले. जणू एखादा कॅमेरा त्याच्या मेंदूत एक लांबलचक स्पष्ट फिल्म उलगडतो आहेसे वाटले. तो शांतपणे म्हणाला, 'कदाचित या सोदेबीत होणाऱ्या व्यवहारामुळे तो आपल्याला दिसेल, कळेल!'

'काय म्हणायचंय काय तुला ओ ओ सेव्हन? जरा खुलासेवार सांग.'

'हे पाहा सर', बाँडचा आवाज कसल्यातरी निश्चिततेमुळे शांत होता. 'डॉ. फ्रॅन्शॉ काय म्हणाले ते आठवतं का? त्या लिलावात कमी किंमत बोलणाऱ्याबद्दल?

कोणीतरी मुद्दाम वॉर्टस्की दुकानदाराला जास्तीत जास्त किंमत बोलण्यास प्रवृत्त करेल त्याबद्दल आठवतं का? डॉ. फ्रॅन्शॉ म्हणतात त्याप्रमाणे रशियन जर फॅबर्जेचं महत्त्व फारसं जाणत नसतील किंवा फॅबर्जेला किंमत देत नसतील तर त्यांना ही वस्तू किती मौल्यवान आहे याची स्पष्ट कल्पना नसेल. नाहीतरी केजीबीला याची माहिती असण्याची शक्यता कमी आहे. ते त्यातील पाचूंवरून कल्पना करतील ती असेल दहा ते वीस हजार पौंड. डॉ. फ्रॅन्शाँचं म्हणणं बरोबर असेल तर या रकमेत थोडं तथ्य वाटतं त्या मुलीला मिळणार असलेल्या ऐश्वर्यापेक्षा. जर एकट्या निवासी संचालकाला ह्या मुलीबद्दल माहिती असेल तर तिला वेतन मिळतंय हेही त्याला एकट्यालाच माहीत असेल. म्हणजे तो लिलावात किंमत चढवण्याचा प्रयत्न करेल. त्याला सोदेबीत पाठवलं जाईल. मग तो लिलावात किंमत छतापर्यंत चढवायला बघेल. माझी खात्री आहे त्याबद्दल. मग आपण त्याला ओळखू शकू आणि मग आपण त्याला घरी पाठवण्याची योग्य व्यवस्था करू. त्याला कळणारही नाही कशाचा फटका बसला ते. के जी बी लाही कळणार नाही. मी जर लिलावाला गेलो आणि नंतर त्याला उडवला तर! आणि त्या जागी कॅमेरे सगळीकडे आहेतच, शिवाय लिलावाचं रेकॉर्डही. या सर्वांमुळे परदेश अधिकारी त्या व्यक्तीला अनोळखी, बेवारशी म्हणून एका आठवड्यात जाहीर करतील आणि निवासी संचालक काही सहज झाडावर उगवत नाहीत. त्याच्याजागी दुसऱ्याची नेमणूक होण्यासाठी महिनोन् महिने जातील!'

'हे तुझं म्हणणं बरोबर वाटतंय' एम् विचारात पडून म्हणाला. त्याने खुर्ची गर्रकन फिरवली आणि खिडकीबाहेर दिसणाऱ्या लंडनच्या क्षितिजरेषेकडे बघू लागला. शेवटी म्हणाला, 'बरं तर ओ ओ सेव्हन. जा जाऊन कार्यालय-प्रमुखाला भेट आणि पुढची यंत्रणा ठरव. मी 'पाच' ला सांभाळेन. तो त्याचा प्रांत आहे पण शिकार आपली आहे. काही त्रास होणार नाही. तू मात्र तिथे जाऊन उगीच वाहवत जाऊ नकोस त्या क्षुल्लक गोष्टींसाठी. त्यात घालावयाला पैसे नाहीत माझ्याजवळ.'

'नाही सर!' बाँड म्हणाला. मग तो उभा राहिला आणि पट्कन खोलीबाहेर गेला. त्याला वाटलं आपण फारच हुषार आहोत. ही हुषारी त्याला स्वत:ला जोखून पाहायची होती. एम्ने विचार बदलू नये असं त्याला वाटत होतं.

१३८ रीजंट स्ट्रीटवर वॉर्टस्कीचा दर्शनी भाग बराच आधुनिक पद्धतीचा होता. आधुनिक तसंच प्राचीन काळच्या दागदागिन्यांचं साध्या पद्धतीनं प्रदर्शन केलं होतं. त्यावरून ते जगातील सर्वांत मोठे फॅबर्जे विक्रेते आहेत असं जराही कळत नव्हतं. अंतर्भागातील करडा गालिचा, सिकामोर पॅनेलच्या भिंती, शिवाय अजिबात भडकपणा नसलेल्या काचेच्या सजावटीमुळे कार्टीअर्स, बाऊशरॉन किंवा व्हॅन क्लिपसारखं उल्हसित वाटत नव्हतं. परंतु राणी मेरी, राजमाता, राणी, ग्रीसचा राजा पॉल आणि

डेन्मार्कचा राजा पॉल नववा, या सर्व राजघराण्यातील व्यक्तींच्या फोटोफ्रेम लावलेल्या बघितल्या की कळत होतं हा सर्वसाधारण जवाहिरा नाही.

जेम्स बाँडने श्रीयुत केनेथ स्नोमनबद्दल विचारलं. तेथे खोलीच्या मागच्या भागात एकत्र बसलेल्या पुरुषांच्या गटातून, एक साधारण चाळीस वर्षांचा, सुंदर दिसणारा, अत्यंत नीटनेटका पोशाख केलेला पुरुष उभा राहिला आणि बाँडसमोर आला.

'मी सी.आय.डी.तून आलो आहे. आपण जरा बोलू या का?' बाँड शांतपणे म्हणाला, 'तुम्हांला आधी माझी प्रमाणपत्रं बघायची असतील. माझं नाव जेम्स बाँड आहे. पण तुम्हाला थेट सर रोनॉल्ड व्हॅलॅन्स किंवा त्यांच्या वैयक्तिक सहाय्यकाकडे (स्वीय सहायक) जावं लागेल. मी स्कॉटलंड यार्डमध्ये कर्मचारी नाही. एक प्रकारे त्यांचं संपर्काचं काम करतो.'

त्या तीक्ष्ण आणि लक्षपूर्वक पाहणाऱ्या डोळ्यांनी त्याच्याकडे नीट बघितलेही नाही. तो माणूस हसला. 'चल, खालच्या मजल्यावर चल. मी जरा अमेरिकन मित्रांबरोबर बोलत बसलो होतो. ते तसे पत्रकार आहेत. 'पाचव्या रस्त्या'वरील 'ओल्ड रशिया'तले आहेत.'

'मला माहीत आहे ती जागा.' बाँड म्हणाला. 'किमती पुतळ्यांनी गच्च भरलेली वगैरे वगैरे. पिअरेपासून फार दूर नाही.'

'हो बरोबर' श्री. स्नोमन अधिकच निश्चिंत झालेसे वाटले. ते एका जाडजूड गालिचा घातलेल्या अरुंद जिन्यावरून घेऊन जाऊ लागले. एका मोठ्या आणि चमचमत्या शोरुममध्ये ते पोचले. तेथे त्या दुकानाचा खरा खजिना होता हे सहज कळत होतं. भिंतींवरील काचेच्या कपाटातून सोनं, हिरे आणि इतर जवाहीर खुणावत होतं.

'बसा, सिगरेट चालेल?'

बाँडने स्वत:चीच एक काढली. 'फॅबर्जेचा नमुना उद्या सोदेबीत येतोय त्याच्याबद्दल– तो पाचूचा गोल!'

'हो, हो.' श्रीयुत स्नोमॅनच्या भुवया काळजीने उंचावल्या. 'त्याबद्दल काही त्रास नाही नं?'

'तुमच्या दृष्टीने काही नाही, पण त्याच्या विक्रीबद्दल आम्हांला खूप काळजी आहे. मि. फ्रूडेन्स्टिन या त्याच्या मालकिणीबद्दल आम्हांला माहिती आहे. लिलावातील बोली कृत्रिमपणे चढवण्याचा प्रयत्न होईल असं आम्हांला वाटतं आहे. त्यावेळच्या बोली चढवणाऱ्याबद्दल आम्हांला उत्सुकता आहे. तुमची कंपनी या क्षेत्रात अग्रेसर असेल असं गृहीत धरून बोलतोय.'

'अच्छा, असं होय!' श्री. स्नोमन थोड्या सावधपणे म्हणाले, 'आम्ही नक्कीच त्यासाठी प्रयत्न करणार आहोत. पण तो तर प्रचंड मोठ्या किंमतीला विकला

जाणार. तुम्हाला म्हणून सांगतो, व्ही अँड ए त्यावर बोली लावणार आहेत असं आम्ही समजतो. बहुतेक मेट्रॉपॉलिटनही. पण तुम्ही कोणा फसवणूक करणाऱ्या लबाडाच्या मागे आहात का? तसं असेल तर तुम्ही काही काळजी करू नका. ही गोष्ट त्यांच्या कुवतीबाहेरची आहे.'

'नाही, आम्ही अशा चोराच्या मागे नाही आहोत.' बाँड म्हणाला. या गृहस्थाला कितपत सांगावं याबद्दल बाँड साशंक होऊ लागला. कारण लोकं स्वत:च्या धंद्याच्या गोष्टीबद्दल गुप्तता बाळगण्यात काळजी घेत असले तरी दुसऱ्याच्या गुपितांबद्दल तेवढेच दक्ष असतील असे नसते. टेबलावर पडलेलं एक लाकडी हस्तिदंती स्मारक त्यानं उचललं त्यावर लिहिलं होतं–

'हे क्षुल्लक आहे, हे निरुपयोगी आहे', असं ग्राहक म्हणतो,
पण तेच स्वत:चं झालं की, फुशारकीनं मिरवतो.

नीतिवचन २०,१४

बाँडला गंमत वाटली. 'या अवतरणातून तर बाजाराचा, विक्रेत्यांचा, आणि ग्राहकाचाही संपूर्ण इतिहास समजतोय.' तो म्हणाला आणि श्री. स्नोमनच्या थेट डोळ्यांत बघत विचारलं, 'मला असाच जाणकार हवाय, असंच अंतर्ज्ञान, अंत:प्रेरणा हवी आहे. तुम्ही मला मदत कराल का?'

'नक्कीच. मी कशाप्रकारे मदत करू शकतो ते तुम्ही सांगा.' मग नकारार्थी हात हलवीत म्हणाला, 'गुप्ततेबद्दल तुम्हाला काळजी वाटत असेल तर, कृपया अजिबात काळजी करू नका. जवाहिऱ्यांना सवय आहे त्याची. स्कॉटलंड यार्ड आमच्या फर्मला बहुतेक पूर्ण पावती देईल त्या बाबतीत. गेल्या अनेक वर्षांत आम्ही या गोष्टी भरपूर हाताळल्यात हे देवाला माहिती आहे.'

'आणि मी तुम्हाला जर सांगितलं की मी संरक्षणखात्यातून आलो आहे तर?'

'त्याबद्दलही तेच.' श्री. स्नोमन म्हणला, 'तुम्ही माझ्या तारतम्यावर पूर्ण अवलंबून राहा.'

बाँडने त्याला सर्व सांगायचं ठरवलं. 'बरं आहे हे सर्व सरकारी गुप्तता कायद्याखाली येतंच आहे, पण आम्हांला संशय आहे की तो बोली चढवणारा सोविएत गुप्तहेर असेल. त्याला ओळखणं हे माझं काम आहे. यापेक्षा जास्त काही मी तुम्हाला सांगू शकत नाही आणि तुम्हाला यापेक्षा जास्त माहिती असण्याची गरजही नाही. मला तुमच्याबरोबर उद्या रात्री सोदेबीला जावं लागेल आणि तेथे तुम्ही गेलात की तो गृहस्थ दाखवून दिला पाहिजे. त्याचा मोबदला दिला जाणार नाही. पण आम्ही तुमचे सहकार्य विसरणार नाही!'

मि. केनेथ स्नोमनचे डोळे उत्साहाने चमकले. 'जरूर. तुम्हाला कशाही प्रकारे मदत करायला आम्हांला खुषीच आहे. पण,' तो साशंक सुरात म्हणाला, 'तुम्हाला माहीत आहे का हे तसं सहजपणे होण्यासारखं नाही आहे. जर बोली बोलणाऱ्याला गुप्त राहायचं असेल तर? सोदेबीचा विक्रीप्रमुख पीटर विल्सन हा एकटाच आपल्याला पक्कं सांगू शकतो. काहीही हालचाल न करता बोली लावण्याच्या डझनभर तरी पद्धती आहेत. पण जर लिलावाच्या आधी बोली लावणाऱ्याने पीटर विल्सनशी स्वत:चे संकेत ठरवून ठेवले तर पीटर इतर कोणालाही त्या संकेतात सामील करून घेण्याचा विचारही नाही करणार. त्यामुळे त्याची मर्यादा कळून त्यांचा खेळ उघड होईल आणि ही त्या खोलीमधील अत्यंत गोपनीय बाब आहे. याची तुम्हांला कल्पना असेलच. तुम्ही बरोबर आलात म्हणजे तर हजारो वेळा नकार मिळेल. आणि मी बहुतेक चाल ठरवेन. मी कितपत पुढे जाणार आहे हे मला आधीच माहीत आहे– म्हणजे माझ्या ग्राहकासाठी बोली चढवणारा कुठवर बोली लावेल हे मी सांगू शकलो तर माझं काम खूप सोपं होईल. आताही तुम्ही जे काही मला सांगितलंय, त्याने भरपूर मदत होईल. मी माझ्या माणसाला त्याचे लक्ष्य उंचवण्याच्या सूचना देऊन ठेवीन. या तुमच्या माणसाला भरपूर धीर असेल तर तो मला चिकार ताणून नेईल आणि इतरही या मैदानात असतीलच. एकूण ही रात्र वेगळी, विलक्षण असणार आहे. ते टेलिव्हीजनवर सर्व दाखवणार आहेत आणि सर्व लक्षाधीश, आणि सरदार-उमरावांना त्यांच्या पत्नींसह बोलवून नेहमीप्रमाणे सोदेबी मस्त उत्सवी खेळ करणार. चमकदार प्रचार. अरे देवा! त्यांना जर कळलं की या विक्रीत कपटनाट्य मिसळलं आहे तर तेथे दंगाच होईल! आता यानंतर आणखी काही गोष्टींबद्दल चर्चा हवी आहे का? फक्त ती व्यक्ती शोधायची एवढंच नं?'

'एवढंच. तुम्हाला काय वाटतं, ही वस्तू कितीपर्यंत जाईल?'

मि. स्नोमनने आपल्या सोन्याच्या पेन्सिलने दातावर टिचकी मारली. 'आता असं बघा, या गोष्टीबाबत मला गप्प बसावं लागेल. मला माहीत आहे मी कितपत चढी बोली करू शकतो, पण ते माझ्या ग्राहकाचं गुपित आहे.' तो थबकला आणि विचारपूर्वक न्याहाळत म्हणाला, 'आपण असं म्हणू या, जर तो १ लाख पौंडापेक्षा कमीत विकला गेला तर आश्चर्य ठरेल!'

'असं का!' बाँड उद्‌गारला. 'मग सांगा आता, मी खरेदी-विक्री व्यवहारात कसा सामील होऊ?'

मिस्टर स्नोमनने मगरीच्या कातडीची टिपण ठेवण्याची छोटी सुरेख पेटी काढली आणि जाड कागदाचे, अक्षरं कोरलेले दोन कपटे काढले. त्यातील एक बाँडला दिला. 'हे माझ्या पत्नीचं तिकीट आहे. तिच्यासाठी मी दुसऱ्या सीटचं

तिकीट आणीन. हे बी-५ पुढचं, मध्यावरचं, चांगल्या जागेचं आहे. माझं बी-६ आहे.'

बाँडने तिकीट घेतलं. त्यावर लिहिलं होतं-

सोदेबी आणि कंपनी

खरेदी विक्री

अत्त्युत्तम रत्नांचा करंडा

आणि

कार्ल फॅबर्जेकृत मौल्यवान अद्वितीय कलाकृती

एका कुलीन स्त्रीची संपत्ती

प्रमुख विक्री दालनातत- एका व्यक्तीस प्रवेश.

मंगळवार, २० जून, रात्री ठीक ९.३० वा.

सेंट जॉर्ज स्ट्रीट द्वाराने प्रवेश.

'बाँड स्ट्रीटच्या जुन्या जॉर्जिअन प्रवेशद्वाराने प्रवेश नाही.' मिस्टर स्नोमनने बजावले.' बाँड स्ट्रीट एकमार्गी रस्ता झाल्यामुळे आता त्याच्या मागील दारापासून शामियाना आणि लाल गालिचा घातलेला होता. तो खुर्चीतून उठला आणि म्हणाला, 'तुम्हाला काही फॅबर्जे कलाकृती बघण्याची इच्छा आहे का? १९२७ मध्ये क्रेमलीनहून माझ्या वडिलांनी आणलेल्या काही वस्तू इथे आमच्याकडे आहेत. त्यावरून तुम्हाला थोडी कल्पना येईल की याला एवढं महत्त्व का दिलं जातं. एक राजघराण्यातील इस्टर एग सोडलं तर फॅबर्जेचा पाचूचा गोल अर्थातच अतुलनीय आहे.'

हिरे, विविधरंगी सोनं, पारदर्शी वाटणाऱ्या मुलाम्याचे झुळझुळीत तेज या सर्वांनी दिपलेला जेम्स बाँड रीजंट स्ट्रीटवरील त्या अल्लादिनच्या गुहेतून नंतर वर आला आणि बाहेर पडला. अजून नाव व चेहरा माहीत नसलेल्या परंतु लंडनमधील सर्वोच्च सोविएत गुप्तहेर असण्याची खात्री असलेल्या व्यक्तीला ओळखून काढणे आणि त्याचे फोटो काढणे, तेही गर्दी असलेल्या दालनात, याबाबत बारीकसारीक तपशीलवार योजना आखण्याकरिता कंटाळलेल्या मनस्थितीत, व्हाईट हॉलभोवतीच्या रटाळ ऑफिसांमध्ये उरलेला दिवस घालवण्यासाठी निघाला.

दुसऱ्या दिवशी बाँडच्या मनातील खळबळ वाढत गेली. संपर्क खात्यात जाण्यासाठी त्याला काही सबब मिळाली. मिस मारिआ फ्रूडेन्स्टिन व तिचे दोन

सहकारी पर्पल सांकेतिक लिपी पाठवण्याचे काम मशीनवर करत होते. तेव्हा त्या खोलीत उगीचच रेंगाळू शकला. बाँडने एक लिपी उकलणारी फाईल उचलली– मुख्यालयातील बहुतेक सर्व कागदपत्रं घेण्याची त्याला मुभा होती– त्यातील काळजीपूर्वक संपादित केलेले परिच्छेद वाचू लागला. अर्ध्या एक तासात ते खिळ्याने टोचले जातील. मग न वाचता सीआयएच्या वॉशिंग्टनमधील कनिष्ठ कारकुनाकडून मॉस्कोत जातील. केजीबीच्या सर्वोच्च अधिकाऱ्याला आदरपूर्वक दिले जातील. बाँडने त्या दोन मुलींशी थट्टामस्करी केली. पण मारिआ फ्रूडेन्स्टिनने फक्त नम्र हास्य करण्यापुरती मशीनवरून दृष्टी वर टाकली. देशद्रोह आणि काळंकुट्टं विश्वासघातकी गुपित जिच्या झालरींच्या पांढऱ्या ब्लाऊजमागे दडलं आहे अशा व्यक्तीच्या सान्निध्याने बाँडच्या अंगावर काटा आला. ती निस्तेज, थोड्या पुटकुळ्या असलेली त्वचा, काळे केस आणि कुरूप बाह्यरूपाची मुलगी होती. अनाकर्षक होती. अशा मुलीबद्दल कोणाला फारसे प्रेम वाटणार नाही. ती थोड्या व्यक्तींशी मैत्री करेल. विशेष करून अनौरसपणामुळे इतरांबद्दल चीड, संताप बाळगणारी, समाजाविरुद्ध कुरकुरणारी अशी असू शकते. बहुतेक तिला सुखावह वाटणारी एकमेव गोष्ट होती तिच्याजवळ. ती, ती तिच्या सपाट उरात दडवून होती. ती म्हणजे भोवतालच्यांपेक्षा हुषार असल्याची तिला असणारी जाणीव. त्या हुषारीच्या बळावर, तिच्या सर्व शक्तीनुसार जगाला चोख उत्तर देत होती. तिच्या दिसण्यातील निरसपणामुळे तिला तुच्छ ठरवणाऱ्या, तिच्याकडे दुर्लक्ष करणाऱ्या भोवतालच्या जगाला रोज चोख प्रत्युत्तर देत होती. एक दिवस नक्कीच त्या सर्वांना पश्चात्ताप होईल. ही नेहेमीची अतिसंवेदनक्षम पद्धत होती. 'कुरूप बदकाने त्याला तुच्छ समजणाऱ्या समाजावर काढलेल्या सुडाची!'

बाँड कॉरिडॉर मधून भटकत फिरत स्वत:च्या ऑफिसमध्ये पोचला. आज रात्रीपर्यंत या मुलीचं भाग्य उजळलं असतं! तीस रुपेरी नाण्यांच्या हजारपट मिळाले असते. कदाचित तो पैसा तिचं रूप बदलवेल. तिच्या आयुष्यात सुख येईल. सर्वोत्तम सौंदर्यतज्ज्ञाला भेटणं, उत्तमोत्तम कपडे घेणं, सुंदर घर घेणं हे सगळं तिला शक्य होईल. पण एम् म्हणाला की आता तो पर्पल सांकेतिक लिपी कारवाई अधिक तीव्र करेल. अधिक धोक्याच्या पातळीवर फसवणूक करण्याचा प्रयत्न करेल. हे काम फत्ते होईल वा न होईल. एक चुकीचं पाऊल, एक बेसावध असत्य, एक ओळखू येणारा खोटेपणा, निरोपात असेल तर, केजीबीला त्याचा वास लागेल. त्यापुढे आणखी एकच! आणि त्यांना त्यांची चेष्टा होत असल्याचं पक्कं कळेल. आणि बहुतेक गेली तीन वर्षे ही लज्जास्पदरीत्या मस्करी केली जात आहे असा लाजिरवाणा साक्षात्कार झाला की ताबडतोब सूड घेणारच. मारिआ फ्रूडेन्स्टिन दुहेरी गुप्तहेर आहे. ब्रिटिशांसाठी व रशियनांसाठी काम करते आहे हे ते समजतील. काल

बाँड ज्या सायनाईड पिस्तुलाबद्दल वाचत होता त्यानेच कदाचित तिचा काटा झटपट काढणं अपेक्षित आहे.

रीजंट पार्कच्या झाडांकडे खिडकीतून बघता बघता जेम्स बाँडने खांदे उडवले. नशीब या कामाशी त्याचा संबंध नव्हता. त्या मुलीचं भवितव्य त्याच्या हातात नव्हतं. ती हेरगिरीच्या अशुभ यंत्रणेत सापडली होती. थोड्या तासांत लिलावाच्या दालनात मिळणाऱ्या संपत्तीचा एक दशांशही हिस्सा उपभोगायला जर ती जिवंत राहिली तर ती भाग्यवानच ठरेल.

सोदेबीच्या मागील जॉर्ज स्ट्रीट, गाड्या आणि टॅक्सींच्या रांगेने ठप्प झाला होता. बाँडने टॅक्सीला पैसे दिले आणि तो शामियान्याच्या खाली व पुढे पुढे पायऱ्यांवर झिरपणाऱ्या जमावात जाऊन मिळाला. त्याचं तिकीट तपासणाऱ्या गणवेषधारी सेवकाने एक यादी त्याच्या हातात दिली, आणि मग तो लिलावाच्या दालनात गेला. दालन आधीच गच्च भरले होते. मि. स्नोमन आपल्या पॅडवर काही आकडेमोड करीत होता. तो त्याच्या शेजारील खुर्चीत जाऊन बसला. स्नोमनने त्याच्याकडे बघितलं.

ती भरपूर उंच खोली कदाचित टेनिस कोर्टइतकी मोठी असावी. तिचं स्वरूप आणि गंध ऐतिहासिक अस्तित्व दाखवत होता. आणि त्या काळास अनुकूल अशी दोन झुंबरं छतावर लटकत होती. त्या घुमटाकार छताचे काचेचे छप्पर पडद्याने धूसर झाले होते. पडदे सूर्यप्रकाश अर्धा झाकत होते. नाहीतर या दुपारच्या विक्री कार्यक्रमावर सूर्याने प्रखर प्रकाश टाकला असता. अशा छतावर केलेल्या प्रकाशयोजनेतही ती दोन झुंबरे उबदार प्रकाश देत होती.

विविध मिश्र चित्रं आणि पडदे, शेवाळी रंगाच्या भिंतीवर लटकत होते. टेलीव्हिजनच्या आणि इतर कॅसेटच्या बॅटरीज व त्यांना हाताळणारे यांचा घोळका (त्यात एम् १५ कॅमेरामन, सन्डे टाईम्सचा प्रेसपास घेऊन होता) फ्लॅटफॉर्मवर होता. शिकारीचे दृश्य असलेल्या भव्य पडद्याच्या मध्यावर हा प्लॅटफॉर्म बनवला होता. तेथे बहुतेक शंभरेक व्यावसायिक आणि प्रेक्षक मुलामा दिलेल्या छोट्या खुर्च्यांवर एकाग्रचित्ताने बसले होते. उभारलेल्या लाकडी व्यासपीठावरून लिलाव करणारा सडपातळ व देखणा गृहस्थ शांतपणे बोलत होता, त्याच्याकडे सर्वांचे लक्ष लागले होते. त्याने अत्यंत नीटनेटके डिनर जॅकेट घातले होते. त्याच्या बटनहोलमध्ये लाल कार्नेशन फूल अडकवले होते. तो फारसा आघात न देता आणि हातवारे न करता बोलत होता.

'पंधरा हजार पौंड आणि सोळाहजार' एक विराम. समोरच्या रांगेतील एखाद्याकडे दृष्टिक्षेप. 'तुमच्या विरुद्ध सर.' कुठूनतरी कॅटलॉगला हलकासा उंचावलेला झटका. 'सतरा हजार पौंड माझी बोली– अठरा– एकोणीस– मी १९ हजार पौंड बोली

लावतोय!' आणि असा तो शांत आवाज, हळू, घाईगडबड न करता चालू राहिला, तेव्हा समोरील श्रोते तेवढेच निर्विकार थंडपणे बोली लावणारे आपली प्रतिक्रिया त्याला इशाऱ्याने पोहोचवत होते.

'कशाची विक्री चालली आहे?' कॅटलॉग उघडत बाँडने विचारले.

'गट ४०' मि. स्नोमन म्हणाला, 'सेवक त्या काळ्या मखमली ट्रेवर धरून उभा आहे तो हिऱ्यांचा हार. बहुतक २५ ला जाईल. एक इटालियन दोघा फ्रेंच गृहस्थांविरुद्ध बोली लावतोय. नाहीतर त्यांना ती विसात मिळाली असती. मी फक्त पंधरापर्यंत गेलो. मला आवडली असती ती– मिळाली असती तर. अत्युत्तम खडे आहेत ते. पण तेथेच आहे ती.'

शेवटी २५ हजारांची किंमत ठरली आणि हातोडा त्याच्या दांड्याला न धरता, डोक्याकडे धरून खाली आला एका हळुवार अधिकाराने. 'तुमचा झाला सर,' मि. पीटर विल्सन म्हणाला आणि विक्री-कारकून भरभर खुर्च्यांमधील वाटेने बोली लावणाऱ्याच्या ओळखीची खात्री करायला गेला.

'मी तर निराश झालोय.' बाँड म्हणाला.

मि. स्नोमनने आपल्या कॅटलॉगमधून नजर वर केली, 'का हो, काय झालं?'

'मी आधी कधीच लिलाव पाहिला नव्हता आणि मी नेहमी समजत असे बोली बोलणाऱ्यांना शेवटची संधी देण्यासाठी लिलाव करणारा हातोडा तीनदा ठोकेल, जातंय, जातंय, गेलंऽ.'

मि. स्नोमन हसला. 'हे असं तुम्हाला शायर्समध्ये किंवा आयर्लंडमध्ये अजूनही बघायला मिळेल. पण मी इथे येतोय तेव्हापासून लंडनच्या विक्रीघरात अशी पद्धत नाही आहे.'

'अरेरे! त्याने तर नाट्य वाढतं.'

एका पोर्टरने चमचमणाऱ्या माणिक व हिऱ्यांचं वेटोळं मोकळं केलं. मखमली ट्रेवर बाँडने कॅटलॉगमध्ये बघितलं. 'गट ४१' असा उल्लेख आणि त्याचं आकर्षक वर्णन केलं होतं.

> 'सुंदर आणि महत्त्वाची माणिक व हिऱ्याची ब्रेसलेटची जोडी, कुशनच्या आकाराची हिऱ्यांची बॉर्डर, मध्ये एक मोठा व दोन लहान माणकं असा लंबवर्तुळाकार गुच्छ असा प्रत्येकाच्या दर्शनी भागावर, त्याच्या बाजू व पार्श्वभाग अशा एक आड एक लावलेल्या त्यापेक्षा साध्या गुच्छातून बनवलेल्या सोन्याच्या कोंदणात मध्यभागी बसवलेल्या एका माणकातून उगवणारे हिऱ्यांच्या विविध आकारातील कोरीव काम, माणिक आणि हिऱ्यांच्या साखळ्यांतून एक आड एक लावलेले, फासाही लंबवर्तुळाकार गुच्छाच्या आकारात.

* वंशपरंपरेनुसार, ह्या वस्तू यापूर्वी मिसेस फिटझरबर्ट (१७५६-१८३७) च्या होत्या. त्यांचं लग्न प्रिन्स ऑफ वेल्स तद्नंतर Geo IV शी झालं होतं. ही गोष्ट सिद्ध झाली होती. १९०५ मध्ये एक बंद लिफाफा १८३३ मध्ये कौटस बँकेत दिला होता आणि राजाच्या परवानगीने उघडून त्यातील लग्नाचे प्रमाणपत्र आणि इतर निर्णायक पुरावे दाखवून सिद्ध केली होती.

डयूक ऑफ ऑर्लिन्सने 'इंग्लंडमधील सर्वांत सुंदर मुलगी' असे जिचे वर्णन केले होते त्या आपल्या भाचीला बहुधा मिसेस फिटझरबर्टचे हे ब्रेसलेट दिले होते.

लिलावाचे काम चालू असताना, बाँड हळूच खुर्चीतून उठला आणि बाजूच्या जागेतून खोलीच्या मागील भागात गेला. तेथून जास्तीचे श्रोते नव्या गॅलरीत आणि प्रवेशाच्या हॉलमध्ये विक्रीचे कामकाज टेलीव्हिजनवर बघण्यासाठी विखुरले होते. गेल्या काही दिवसांत चोरून मिळवलेल्या आणि अभ्यासिलेल्या सोविएत वकिलांतीतील दोन्ही कर्मचाऱ्यांच्या फोटोंपैकी कोणाचा चेहेरा त्या जमावात दिसतो आहे का, याचा त्याने सहज म्हणून शोध घेतला. तेथे विक्रेते, हौशी संग्राहक आणि सर्वसाधारपणे श्रीमंत गुलहौशी असे श्रोतृवर्गाचे वर्णन करता येईल अशा लोकांची सरमिसळ असल्याने चेहरे लक्षात येत होते ते केवळ गॉसिप कॉलममध्ये येणारे. एखाद-दुसरा निस्तेज चेहेरा रशियन असू शकेल. पण ते अर्धाडझन युरोपियन वंशातील एक असण्याचीही शक्यता तेवढीच होती. काळे चष्मे इकडे तिकडे पसरले होते, पण आता काळे चष्मे म्हणजे वेषांतर मानत नाहीत. बाँड परत आपल्या सीटवर जाऊन बसला. बहुतेक लिलाव सुरू झाल्यानंतर तो माणूस सर्वांसमोर येईल.

'चौदा हजार माझी बोली– आणि पंधरा. पंधरा हजार!' हातोडा खाली आला.

'हे तुमचं झालं सर.'

वादळाआधीची शांतता पसरली आणि कॅटलॉगची फडफड ऐकू येऊ लागली. मि. स्नोमनने सिल्कच्या पांढऱ्या रुमालाने कपाळ पुसले. त्याने बाँडकडे वळून म्हटले, 'मला वाटतं आता तुम्हाला स्वत:चं स्वत: बघावं लागेल. मला आता लिलावाकडे पूर्ण लक्ष द्यावं लागेल. आणि का कुणास ठाऊक पण आपल्या बरोबर कोण कोण बोली लावतंय हे वळून बघणं अयोग्य समजलं जातं– जे जे या व्यवसायात आहेत त्यांच्या दृष्टीने– म्हणून माझ्यापुढे बसलेल्यात 'तो' असेल तरच मी त्याला ओळखू शकेन, पण ते जरा अशक्य आहे. तुम्ही तुम्हाला पाहिजे तेवढा वेळ या विक्रेत्यांना न्याहाळू शकता; पण त्यापेक्षा पीटर विल्सनचे डोळे लक्षपूर्वक बघणं जरूर आहे आणि मग तो कोणाकडे बघतोय किंवा त्याच्याकडे कोण बघतंय

ते बघायचा प्रयत्न करा. फार कठीण आहे पण तुम्ही त्या माणसाला शोधू शकलात तर त्याने केलेल्या लहानात लहान हालचालीकडे लक्ष ठेवा. तो माणूस काहीही करू दे, डोकं खाजवू दे, कानाची पाळी ओढू दे, किंवा काहीही करू दे, ती त्याची पीटर विल्सनशी ठरवलेली सांकेतिक बोली असेल. तो काही मोठी दृष्य हालचाल, उदाहरणार्थ कॅटलॉग उंचावणे वगैरे करणार नाही अशी मला भीती आहे. मी काय म्हणातोय समजलं ना? आणि कदाचित मला जास्तीत जास्त भरीला पाडून मी किती बोली लावू शकेन अशा त्याच्या अपेक्षेइतके मला बोलायला लावेपर्यंत तो हालचाल करणारही नाही हे लक्षात ठेवा, आणि मग त्याला माघार घ्यायची असेल. लक्षात ठेवा', मि. स्नोमनने स्मित केले, 'आम्ही शेवटच्या टप्प्याला आलो की मी त्याच्यावर खूप दबाव आणीन आणि त्याने त्याचा हात दाखवावा यासाठी प्रयत्न करीन. हे सर्व आम्ही दोघेच बोली लावणारे उरलो असू असं धरून चालून बोलतोय.' आता तो गूढ दिसू लागला. 'आणि मला वाटतं तुम्ही पक्कं समजा की आम्ही दोघेच असू.'

त्याच्या खात्रीपूर्वक बोलण्यातून जेम्स बाँडला खात्री वाटली की मि. स्नोमनला तो पाचू गोल कोणत्याही परिस्थितीत मिळवण्याची सूचना दिली गेलेली असावी.

लिलाव करणाऱ्याच्या व्यासपीठासमोर एक उंच खांबाची बैठक काळ्या मखमलीत सजवून समारंभपूर्वक ठेवली गेली आणि अचानक एक स्तब्धता सर्व खोलीभर पसरली. नंतर पांढऱ्या मखमलीसारखी दिसणारी एक लंबवर्तुळाकार, देखणी पेटी त्या बैठकीवर ठेवली गेली. लाल बाही, कॉलर व काळा बेल्ट असलेल्या करड्या गणवेषातील वृद्ध सेवकाने आदरपूर्वक तिचे कुलूप काढले आणि गट ४२ वर काढला, काळ्या मखमलीवर ठेवला आणि पेटी बाजूला केली. चकचकीत हिरवाकंच पाचूचा क्रिकेट बॉल त्याच्या अद्वितीय बैठकीवर ठेवल्यावर अलौकिक हिरव्या आगीच्या ज्वालांसारखा तळपू लागला आणि त्याच्या पृष्ठभागावरील आणि दक्षिणोत्तरवृत्तावरील ओपल रत्नाचे त्यातील विविध रंग चमचमू लागले. आश्चर्य व कौतुकाचा उद्‌गार श्रोतृवर्गातून निघाला आणि नेहेमी युरोपच्या मुकुटाची रत्ने बघण्याची सवय असलेले लिलाववाल्याच्या बाजूला बसलेले कारकून आणि तज्ज्ञही त्या गोलाला अधिक नीटपणे बघण्यासाठी पुढे झुकले.

जेम्स बाँड त्याच्या कॅटलॉगकडे वळला. मोठ्या अक्षरांत एखाद्या बटरस्कॉच सन्ड्यू सारखं स्वादिष्ट, तोंडाला पाणी सुटेल असं वर्णन लिहिलेलं होतं तिथे.

एक पृथ्वीगोल रशियन सद्‌गृहस्थासाठी १९१७ मध्ये
कार्ल फॅबर्जेने डिझाईन केलेला आता त्याची नात मालकीण असलेला
एक अत्यंत महत्त्वाचा फॅबर्जे पृथ्वीगोल.

एका असामान्य मोठ्या आकाराच्या सायबेरिअन पाचू खनिजातून कोरलेला तो गोल अंदाजे एक हजार तीनशे कॅरेट वजनाचा, अतिसुंदर रंगाचा, उजळ, पारदर्शक होता. आधारासाठी बारीक कोरीव काम केलेल्या सोन्याच्या भेंडोळ्यावर तो ठेवलेला होता. सोन्यात नक्षी काढून आणि गुलाबी हिरे व गहिऱ्या रंगाचे पाचू सढळपणे वापरून त्याचा गुंडाळीसारखा आधार बनवला होता. अशा तऱ्हेने त्या गोलाचे टेबलावरील घड्याळ बनवले होते.

या आधाराभोवती विहरणारे, सोन्याचे सहा ढगाचे आकार लांबीने चिकटवले होते. कोरलेल्या स्फटिक दगडाच्या खडबडीतपणात आणि बारीक गुलाबी हिऱ्यांनी रेखा काढलेले असल्याने ते नैसर्गिक वाटत होते.

त्या गोलाच्या पृष्ठभागावर जगाचा नकाशा बिनचूकपणे कोरला होता. त्यातील मुख्य शहरं, अप्रतिम हिऱ्यांना सोन्याच्या कोंदणात बसवून दाखवली होती. छोट्या घड्याळाच्या तालावर सुसंगती साधून यांत्रिकपणे स्वत:भोवती फिरत होता. त्यावर जी मोझर अशी सही होती ती तळाला लपवली होती. गोलाला वेढलेल्या सोन्याच्या पट्ट्याला मुलामा दिलेले मौल्यवान निळसर मोती पक्के बसवले होते. घड्याळातील रोमन आकडे फिक्या तपकिरी रंगाच्या मुलाम्याच्या तबकडीवर होते आणि एक त्रिकोणी ५ कॅरेटचा कबूतरी रक्तवर्णी लाल बर्मा माणिक त्या गोलावर बसवलेला होता, तो तास निदर्शित करीत होता.

उंची : साडेसात इंच. कारागीर : हेन्रिक विगस्टॉर्म. पांढऱ्या मखमलीच्या सॅटीन अस्तराच्या डबल झाकणाच्या अंडाकार व सोन्याची किल्ली तळाला बसवलेल्या मूळ पेटीत.

* या विलक्षण गोलाची कल्पना फॅबर्जेला पंधरा वर्षे आधी स्फुरली होती. त्याचा पुरावा म्हणजे मॅड्रिघॅमच्या राजघराण्यातील संग्रहालयातील लहानसहानसा पृथ्वीगोल प्रतिकृती. (पाहा : 'कार्ल फॅबर्जेंची कला' लेखक : ए. केनेथ स्नोमन)

सर्व खोलीभर एक ओझरता पण शोधक दृष्टिक्षेप टाकून मि. विल्सनने हातोडा हळूच आपटला.

'गट ४२– एक मौल्यवान वस्तू कार्ल फॅबर्जेकृत!' एक क्षण स्तब्धता.

'वीस हजार पौंड किमतीची बोली मी करतो.'

मि. स्नोमन बाँडच्या कानात पुटपुटला, 'याचा अर्थ त्याला बहुधा पन्नासची बोली मिळाली आहे. हे फक्त कामकाज चालू करण्यासाठी आहे.'

कॅटलॉग फडफडले आणि तीस, चाळीस, पन्नास हजार पौंड किमतीची बोली

झाली. त्यानंतर साठ, सत्तर आणि ऐंशी हजार पौंड आणि नव्वद. एक विराम आणि नंतर 'एक लाख पौंड किंमत आली आहे' असा पुकारा झाला.

सर्व खोलीभर 'वाहवा... वाहवा'चा आवाज घुमला. स्टेजवर लिलाव करणाऱ्याच्या डाव्या बाजूला बसलेले जे तीन तरुण फोनमधून हळूहळू बोलत होते त्यातील एकावर कॅमेरे गर्रकन वळले. मि. स्नोमनने खुलासा केला, 'तो सोदेबीच्या तरुणांपैकी एक आहे. तो थेट अमेरिकेशी बोलतो आहे. मला वाटतं राजधानीतून ती बोली होत आहे. अर्थात दुसरंही कोणीही असू शकेल. आता मी कामाला लागलं पाहिजे,' मि. स्नोमनने त्याच्या कॅटलॉगच्या गुंडाळीला हिसका दिला.

'आणि दहा' लिलाववाला बोलला. 'तो माणूस फोनमध्ये बोलला आणि त्याने मान हलवली, 'आणखी वीस.'

परत स्नोमनने एक हिसका दिला.

'आणखी तीस.'

तो माणूस आता पहिल्यापेक्षा जास्त फोनमध्ये बोलू लागला– बहुधा किंमत किती वर चढेल त्याबद्दलचा स्वतःचा अंदाज सांगत असावा. त्याने लिलाववाल्याकडे बघून एक हलकासा झटका आपल्या डोक्याला दिला आणि पीटर विल्सनने नजर वळवून दुसरीकडे आणि खोलीभर बघितले.

'एक लाख तीस हजार पौंड किंमत येत आहे.' त्याने शांतपणे पुन्हा सांगितले. मि. स्नोमन बाँडला हलक्या आवाजात म्हणाला, 'आता तू लक्षात ठेवलं पाहिजे. अमेरिकेने अंग काढून घेतलेलं दिसतंय. आता तुझ्या माणसाची मला वर वर चढवण्याची वेळ आली आहे.'

जेम्स बाँड जागेवरून सटकला आणि जाऊन व्यासपीठाच्या डावीकडील कोपऱ्यात असलेल्या वार्ताहरांच्या गटात उभा राहिला. पीटर विल्सनचे डोळे खोलीच्या थेट उजवीकडील कोपऱ्याकडे बघत होते. बाँडला एकही हालचाल कळली नाही. पण लिलाववाल्याने जाहीर केले, 'आणि चाळीसहजार पौंड.' त्याने मि. स्नोमनकडे पाहिले. बऱ्याच मोठ्या स्तब्धतेनंतर मि. स्नोमनने पाच बोटे वर केली. बाँडने अंदाज केला की ही बोलीतील चढाओढ कायम ठेवण्यासाठी पद्धती ठरलेली असेल. तो अनिच्छा दाखवत होता, त्याच्या आवाक्याच्या बाहेर जात असल्याचा इशारा देत होता.

'एक लाख पंचेचाळीस हजार.' परत खोलीच्या मागील भागाकडे वेधक नजर टाकली. पुन्हा हालचाल नाही. पण परत काही इशारे दिले-घेतले गेले. 'एक लाख पन्नास हजार पौंड!'

तेथे बोलण्याची गुणगुण ऐकू आली आणि तुरळक टाळ्यांचे आवाज आले. यावेळी मि. स्नोमनची प्रतिक्रिया अधिकच हळू झाली आणि लिलाववाल्याने दोनदा

शेवटची बोली सांगितली. शेवटी तो मि. स्नोमनकडे थेट बघून म्हणाला, 'तुमच्या विरुद्ध आहे सर.' अखेर मि. स्नोमनने पाच बोटे वर केली.

'एकलाख आणि पंचावन्न हजार पौंड.'

जेम्स बाँडला घाम फुटू लागला होता. त्याला तर काहीच धागादोरा लागत नव्हता आणि लिलाव संपण्याच्या मार्गावर होता. लिलाववाल्याने किंमत पुन्हा सांगितली.

आणि आता एक अगदी लहानशी हालचाल झाली. खोलीच्या मागच्या भागात गर्द रंगाच्या सूटमधील एका गिड्ड्या माणसाने कोणाच्या लक्षात न येईल अशा प्रकारे स्वत:चा काळा चष्मा काढला. ही त्याची लिलाववाल्याशी आधी ठरवलेली खूण असावी.

तो गुळगुळीत सर्वसामान्य चेहेरामोहरा एखाद्या बँक मॅनेजर किंवा लॉईड्सचा सभासद किंवा एखाद्या डॉक्टरचा चेहेरा असू शकेल असा होता. त्या माणसाने काळा चष्मा घातला तर तो दहाहजारांत उठून दिसेल. त्याने तो काढला व तो तेथून निघाला.

बाँडने चट्कन कॅमेरावाल्या घोळक्याकडे नजर टाकली. हो, हो, एम् १५ फोटोग्राफर अत्यंत सावध होता. त्याने पण ती हालचाल पाहिली होती. त्याने मुद्दाम कॅमेरा उचलला आणि फ्लॅशची झटपट तिरीप पडली. बाँड सीटकडे परतला आणि मि. स्नोमनजवळ पुटपुटला, 'सापडला तो. तुमच्याशी बोलेन उद्या. अत्यंत आभारी आहे.' मि. स्नोमनने फक्त मान डोलावली. त्याचे डोळे लिलाववाल्यावर खिळले होते.

बाँड आपल्या जागेवरून सरकला आणि चपळपणे खुर्च्यांमधून चालू लागला, तेव्हा लिलाव करणारा तिसऱ्या वेळेला म्हणाला, 'एक लाख आणि पंचावन्नहजार पौंड किंमत मिळत आहे!' आणि हळुवारपणे हातोडा खाली आणून म्हणाला, 'हा तुमचा झाला, सर.'

सर्व श्रोते टाळ्यांचा गजर करीत उभे राहण्याआधी बाँड खोलीच्या मागील बाजूस गेला. सोनेरी मुलामा दिलेल्या खुर्च्यांच्या वेढ्यात त्याची शिकार अडकली होती. त्याने आता काळा चष्मा परत घातला होता आणि बाँडने त्याचाही चष्मा चढवला. बडबडत गप्पा मारत जमाव जिन्याने खाली येऊ लागला तेव्हा बाँड त्या गर्दीत युक्तीने सरकून त्या माणसाच्या मागे राहिला. त्या माणसाच्या थोड्या जाडजूड मानेवर लांब वाढलेले केस पडलेले होते आणि कानाच्या पाळ्या डोक्याजवळ चिकटल्या होत्या. त्याला त्याच्या पाठीवर उंच असं थोडं कुबड होतं. बहुतेक ते हाडाचं व्यंग होतं. बाँडला एकदम आठवलं हा तर पिओटर मॅलिनोवस्की, वकिलातीच्या कर्मचाऱ्यांपैकी कृषिसहायक ही उपाधी लावणारा हाच तो!

बाहेर आल्यावर तो माणूस कॉन्ड्यूट रस्त्याकडे भराभर चालू लागला. इंजिन चालू असलेल्या व मीटर पाडलेल्या टॅक्सीमध्ये जेम्स बाँड सावकाश बसला. 'तो तोच आहे. सावकाश घे' तो ड्रायव्हरला म्हणाला.

'हो, सर.' एम् १५ ड्रायव्हरने वळणापासून दूर जात म्हटले. त्या माणसाने बाँड स्ट्रीटवर एक टॅक्सी घेतली. संध्याकाळच्या रहदारीत त्याचा पाठलाग करणं सोप होतं. त्या रशियनची टॅक्सी बागेच्या उत्तरेला वळली आणि बेवॉटरच्या बाजूने जाऊ लागली. आता प्रश्न एवढाच होता केनसिंगकडून पॅलेसगार्डनच्या डावीकडे पहिली मोठी बिल्डिंग सोविएत वकिलातीची होती, त्याच्या खाजगी प्रवेशद्वारातून तो जातोय की नाही. तो जर गेला तर गोष्टी पक्क्या होतील. पहाऱ्यावरचे दोन पोलीस, वकिलातीचे नेहमीचे रक्षक त्या रात्रीसाठी वेगळे निवडले होते. समोरच्या टॅक्सीत बसलेली व्यक्ती खरोखरच सोविएत वकिलातीत गेली की नाही त्याची खात्री करणे हेच त्यांचे काम होते.

गुप्तहेर खात्याचा पुरावा, आणि जेम्स बाँड व एम् १५ कॅमेरामनचा पुरावा असल्यामुळे परदेश कार्यालयाला कॉम्रेड पिओटर हा त्याच्या देशद्रोही कामांमुळे घातक व्यक्ती आहे असे घोषित करून त्याला परत पाठवून देता येईल. गुप्तहेर खात्याच्या बुद्धिबळसदृश खेळात रशियनांनी राणी गमावली असती. लिलावाच्या जागेला दिलेली भेट अत्यंत समाधानकारक ठरेल.

अखेर समोरची टॅक्सी भव्य लोखंडी दारातून शिरलीच.

बाँड समाधानाने हसला. तो पुढे झुकला.

'थँक्स, ड्रायव्हर. कृपया मुख्यालयाकडे ने.'

■

ओ ओ सेव्हन न्यूयॉर्कमध्ये

आता जी गोष्ट तुम्ही वाचणार आहात ती, युनायटेड स्टेट्स ऑफ अमेरिकेत १९६३ च्या ऑक्टोबरमध्ये 'न्यूयॉर्क हेरल्ड ट्रिब्यून'मध्ये, सर्वप्रथम प्रकाशित झाली होती. तेव्हा तिचं नाव होतं, 'गुप्तहेर ओ ओ सेव्हन न्यूयॉर्कमध्ये.' इयन फ्लेमिंगने मूळ नाव दिलं होतं 'कॅरी कॅडिलॅक मधील प्रतिबिंब' आणि मूळ हस्तलिखितावर त्याच्या हस्ताक्षरात तारीख आहे '२० ऑगस्ट १९६३.' 'चित्तथरारक शहरे'च्या अमेरिकन आवृत्तीत १९६४ साली न्यूयॉर्कवरील प्रकरणात ती समाविष्ट केली होती. इयनच्या शब्दात सांगायचं तर, 'जगातील चित्तथरारक शहरांबद्दल सण्डे टाईम्समध्ये १९५९ ते १९६० मध्ये तेरा लेख आले होते. त्यातील न्यूयॉर्कवरील प्रकरणात ती समाविष्ट केली होती. ७ नोव्हेंबर १९९९ ला सण्डे टाईम्स मासिकाचा 'ओ ओ सेव्हन संग्राहक अंक' निघाला होता त्यात ती पुनर्मुद्रित केली होती. तोपर्यंत युनायटेड किंग्डममध्ये कधीही प्रकाशित झाली नव्हती. इथे प्रथमच पुस्तकात समाविष्ट होत आहे!

इयनच्या न्यूयॉर्कवरील मूळ लेखाची सुरुवात अशी,

'मला न्यूयॉर्कमध्ये कमीत कमी आनंद मिळाला.' आणि 'नेशन' नावाच्या साप्ताहिकाच्या विशेष आवृत्तीचा त्यावर प्रभाव होता हे स्पष्ट होते. ही विशेष आवृत्ती ३१ ऑक्टोबर १९५९ रोजी 'द शेम ऑफ न्यूयॉर्क' नावाने निघाली होती. केप ब्रिटिश या मूळ पुस्तकाच्या आवृत्तीतील सहा छापील पानांपैकी पूर्ण दोन पानं इयानने या विशेष आवृत्तीत दिली होती. या मूळ लेखनावर केवळ न्यूयॉर्कवासी नव्हेत तर बरेच अमेरिकावासी प्रक्षुब्ध प्रतिक्रिया देतील अशी अमेरिकन प्रकाशकांची स्पष्ट अटकळ होती. म्हणून इयनला जरा सांत्वनपर लिहावयास सांगितले. त्यावेळी त्याने '००७ न्यूयॉर्कमध्ये' ची भर घातली. आणि पुस्तकाच्या फक्त अमेरिकन आवृत्तीत

प्रस्तावनेदाखल पुढील परिच्छेद लिहिला–

ताजा कलम लिहून मी सांगू इच्छितो की, न्यूयॉर्कबद्दल मी दाखवलेल्या कठोर भावनांमुळे काही वाचकांना धक्का बसला असेल किंवा खिन्नताही वाटली असेल, ह्याची मला जाणीव आहे. खरं म्हणजे तसं झालं नसेल तर माझी निराशाच होईल. या वाचकांचा आदर ठेवण्यासाठी इथे मी न्यूयॉर्क शहराला भेट देणाऱ्या दुसऱ्या पाहुण्याच्या नोंदी देत आहे. तो सामान्य नाव असलेला माझा मित्र आहे जेम्स बाँड. त्याच्या आवडी आणि प्रतिसाद हे सर्व माझे नसेलही. त्याचे न्यूयॉर्कमधील अलीकडचे धाडस (त्याचा व्यवसाय थोडा विचित्र आहे) वाचताना वाचकांना आनंद होईल.
पीटर जॉन्सन-स्मिथ
लंडन, एप्रिल २००१

निळसर छटा पसरलेल्या सोनेरी सकाळचे दहा वाजले होते. सप्टेंबर महिना संपत आला होता. बी.ओ.ए.सी.चे शाही उड्डाण लंडन विमानतळावर झाले तेव्हा इतर चार आंतरराष्ट्रीय उड्डाणे आली होती. बी.ओ.ए.सी.च्या 'ब्रिटिश खेड्यातील' नाश्त्याची आवृत्ती खाऊन जेम्स बाँडच्या पोटात मळमळत होतं. तसाच तो धैर्याने लांबलचक क्यूमध्ये उभा राहिला. क्यूमध्ये किंचाळणारी, रडणारी मुलं भरपूर होती. लंडनमध्ये दहा रात्री काढल्या होत्या त्याने. मग देशांतर खात्याची तपासणी. पासपोर्ट बघायला पंधरा मिनिटे गेली. पासपोर्टनुसार तो 'मिस्टर डेव्हिड बार्लो, व्यापारी' आणि नाकडोळे ठाकठीक असलेला सहा फूट उंच होता. मग कस्टम्स. बाँडच्या मते त्याचं काम असं काही योजिलं होतं की अमेरिकेला भेट देणाऱ्या प्रत्येकाला रक्त गोठल्यासारखं वाटत असणार. प्रत्येकजण रात्रभराच्या विमानप्रवासानंतर ती हास्यास्पद एवढीशी ट्रॉली ढकलत जात असताना दु:खीकष्टी आणि अप्रतिष्ठित दिसत होता. स्वत:ची सूटकेस काचेमागून विमानातील सामानाच्या समुद्रातून येताना दिसतेय का ह्याची वाट बघत ते उभे राहिले. सामान मिळाल्यानंतर तो आनंदाचा क्षण उपभोगून कस्टम्सच्या रांगेत भांडायच्या तयारीने उभे राहात होते. प्रत्येक बॅग किंवा गाठोडं उघडलं जात होतं, (हेरून तपासणी का नाही?) व मेहनतीने बंद केलं जात होतं. बहुतेक वेळा थकलेल्या आईबापांचं त्रास देणाऱ्या मुलांना गप्प करण्यासाठी मार देत देत हे चालू होतं. संपूर्ण हॉलच्यावर असणाऱ्या बाल्कनीच्या काचेच्या भिंतीकडे बाँडने पाहिलं. पलीकडे एक मध्यमवयीन, सामान्य वाटणारा गृहस्थ रेनकोटात होता. आपल्या दुर्बिणीतून नोकराला न्याहाळत होता. (दुर्बीण नाट्यगृहात वापरण्यासाठी उपयुक्त अशी होती.) कोणीही त्याच्याकडे बघणारा किंवा वास्तविक दुर्बिणीतून बघणारेच जेम्स बाँडचे दृष्टीने संशयास्पद होते. आत्ता त्याच्या संशयी मनाला एक गोष्ट लक्षात आली की, हा तर हॉटेल चोऱ्याच्या कार्यक्षम यंत्रणेतील चांगला व महत्त्वाचा दुवा आहे. हा दुर्बीणवाला श्रीमंत दिसणाऱ्या बायकांच्या बॅगांतील दागदागिने बघून, त्यांच्यावर लक्ष ठेऊन, ती कस्टम्समधून बाहेर पडली की खाली जाऊन न्यूयॉर्कमध्ये तिचा पाठलाग करत हॉटेलमध्ये जाऊ शकतो. हॉटेलच्या स्वागतिकेने तिला दिलेल्या खोलीचा नंबर जवळ उभा राहून ऐकून ठेवू शकतो. सामान नेणाऱ्या नोकरासाठी हाच नंबर जोरात सांगितला जातो, तेव्हाही ऐकण्याची संधी असते आणि मग बाकीची यंत्रणा पुढचे काम सांभाळून घेऊ शकते. बाँडने खांदे उडवले. निदान त्याच्याकडे त्या गृहस्थाचं लक्ष वेधलं गेलं नव्हतं. त्याने आपली एकुलती एक सूटकेस बिल्ला लावलेल्या विनम्र माणसापुढून जाऊ दिली. हॉल जास्तच गरम केल्यामुळे घाम आला होता. मग त्याने ती काचेच्या यांत्रिक दारातून नेली आणि बाहेरच्या सुंदर ताज्या हिवाळी हवेत गेला. त्याला निरोप आला

होता त्याप्रमाणे कॅरे कॅडिलॅक बाहेर वाट बघत होती. जेम्स बाँड नेहेमी एकाच कंपनीतून गाडी मागवत असे. त्यांच्या गाड्या सुंदर, ड्रायव्हर उत्तम, कडक शिस्त आणि पूर्ण तारतम्य असलेले असत. त्यांना सिगारच्या धुराचा शिळा वास येत नसे. जर कमांडर कॅरेच्या संस्थेने डेव्हिड बार्लोला जेम्स बाँडच्या समान समजले असते तर सी.आय.ए. (अमेरिकन गुप्तहेर खाते) ला कळवून स्वत:च्या कामाच्या गुणवत्तेचा विश्वासघात केला असता. अर्थात, युनायटेड स्टेट्सला प्राधान्य दिले पाहिजे यात शंका नाही. काही असो, कमांडर कॅरेला माहीत आहे का जेम्स बाँड कोण आहे? ते देशांतर अधिकाऱ्यांना नक्कीच माहीत होतं. बाँडचा पासपोर्ट तपासताना, जाड अक्षरात छापलेल्या पिवळ्या पानांच्या मोठ्या काळ्या 'बायबल'मध्ये अधिकारी डोकावला होता. बाँडला माहीत होतं की तीन बाँड होते. त्यातील एक 'जेम्स, ब्रिटिश, पासपोर्ट नंबर ३९१३५४. मुख्य अधिकाऱ्यास कळवणे.' कॅरे या लोकांबरोबर कितपत जवळचे संबंध ठेवून आहे? बहुतेक फक्त पोलिसांशी संबंधित असेल तर. असो. न्यूयॉर्कमध्ये चोवीस तास राहाता येईल, याबद्दल जेम्स बाँडला खात्री होती. संपर्क साधायचा आणि मेसर्स हूवर आणि मॅककोनला पेचात अडकवणारा काही खुलासा करावा न लागता परत बाहेर पडायचं. कारण एम्‌ने हे पेचात टाकणारं, अजिबात आकर्षक नसलेलं काम करण्यासाठी बाँडला नाव बदलून पाठवलं होतं. एकेकाळी गुप्तहेर खात्यात काम केलेल्या चांगल्या इंग्लिश मुलीला काही सूचना देण्याचं काम होतं. आता न्यूयॉर्कमध्ये ती स्वत:ची उपजीविका स्वत:च करत होती आणि युनायडेट नेशन्स संबंधित केजीबीच्या रशियन गुप्तहेराबरोबर राहात होती. एफ्‌बीआय आणि सीआयए हे तिची ओळख पटण्याच्या जवळ आले आहेत हे एम्‌ला माहीत होतं. अर्थात हे दोन मित्र-संघटनांनी घाण, चिखल उपसण्यासारखं होतं. जर बाँड सापडला असता तर फारच गोंधळ उडाला असता. पण ती मुलगी प्रथम श्रेणीची अधिकारी होती आणि जेव्हा शक्य असेल तेव्हा एम् आपल्या माणसाची काळजी घ्यायचा. म्हणून बाँडला तिला भेटायला सांगितले होते आणि तशी व्यवस्था केली होती. दुपारी तीन वाजता सेंट्रल पार्क झूतील सरपटणाऱ्या प्राण्यांच्या घराबाहेर भेटायचं. (हे संकेतस्थान बाँडला उचित वाटत होतं.)

बाँडने कारमधील काचेचा दुभाजक पडदा खाली करण्यासाठी बटण दाबले आणि पुढे झुकून ड्रायव्हरला सूचना दिली, 'अॅस्टर, प्लीज.'

'होय सर.' ती मोठी काळी गाडी वळणं घेत विमानतळाच्या भागातून व्हॅन वाइक एक्सप्रेसवेवर निघाली. हा रस्ता तोडफोड करून १९६४-६५च्या जागतिक मेळाव्यासाठी पुन्हा बांधला जात होता.

जेम्स बाँड मागे सरकून बसला आणि त्याने त्याची शेवटची मोरलँड स्पेशल शिलगावली. जेवणाच्यावेळी मोठी चेस्टरफील्ड असेल. 'द अॅस्टर' हे एक चांगलं

हॉटेल होतं आणि टाईम्स स्क्वेअरचं माणसांचं जंगल बाँडला आवडत असे. ते भेटवस्तूंचं भयानक दुकान, स्मार्ट कपड्यांचं दुकान, खादाडीची प्रचंड मोठी दुकानं, संमोहित करणाऱ्या निळ्या ट्यूबलाईटच्या जाहिराती, मैलभर उंचीवर एक दिसत होती ती 'बाँड!' ह्या इथेच न्यूयॉर्कची धमक, कर्तृत्व, न्यूयॉर्कच्या नाड्या, सळसळती आतडी होती जणू. त्याचं दुसरं प्रिय ठिकाण गेलं– वॉशिंग्टन स्क्वेअर, द बॅटरी, हार्लेम. जेथे आता पासपोर्ट आणि दोन गुप्त पोलीस आवश्यक होते. द सव्हॉय बॉलरूम! पूर्वी तेथे काय मजा असायची! अजून सेंट्रल पार्क आहे. आता तो सर्वात सुंदर दिसत असेल– टवटवीत आणि तेजस्वी. हॉटेल्सच्या बाबतीत बोलायचं तर तीही संपलीत– द रिट्झ कार्लटन, द सेंट रेगीस हे मायकेल आर्लेन बरोबर संपलं. कार्लाईल हे एकुलतं एक वाचलंय बहुतेक. बाकी सर्व सारखी होती. त्या उसासे टाकणाऱ्या लिफ्ट, शिळी हवा भरलेल्या खोल्या, जुन्या सिगारची अस्पष्ट आठवण, 'सुस्वागतम'चं रिकामपण, पातळ कॉफी, जवळजवळ निळी पांढरी पडलेल्या अंड्यांचा नाश्ता, (एकदा बाँडचा एक छोटासा फ्लॅट होता न्यूयॉर्कमध्ये. त्याने करड्या रंगाची अंडी मिळवण्याचा खूप प्रयत्न केला होता. शेवटी एका दुकानदाराने सांगितलं की, 'आम्ही ती अंडी ठेवत नाही श्रीमान, कारण लोक समजतात ती घाणेरडी आहेत.) ओलसर टोस्ट (टोस्ट रॅक्सचा माल जहाजातून आणताना जहाज पाण्यात बुडाले असावे.) अरे देवा! काय माझं डोकं तरी! ॲस्टरच ठीक असेल.

बाँडने घड्याळाकडे नजर टाकली. साडेअकरापर्यंत पोहोचू. मग थोडीशी खरेदीची मोहीम. पण खरोखरच थोडीशी करायची. कारण सगळ्या वस्तू युरोपहून आयात झालेल्याच. बगिच्यातील फर्निचरचा अपवाद आहे. पण बाँडकडे बगिचा नाही. सर्वप्रथम औषधाच्या दुकानातून अर्धा डझन तरी ओवेनचे दाताचे सर्वोत्कृष्ट ब्रश घेणे. मॅडिसन ॲव्हेन्यूवरील हॉफ्रीटझ मध्ये जायचं वजनदार, दाते असलेले जिलेट सारखे वस्तरे आणण्यासाठी. जिलेटच्या स्वत:च्या मालापेक्षाही जास्त चांगले असतात ते. इझॉडने बनवलेले फ्रेंच गोल्फचे पायमोजे, ट्रिपलरमधून, शिब्नर्समध्ये जायचं कारण ते न्यूयॉर्कमधलं पुस्तकांचं शेवटचं उत्कृष्ट दुकान आहे. शिवाय तेथील एका विक्रेत्याला चांगल्या रोमांचक पुस्तकांची जाण आहे. आणि मग ॲबरकोम्बीत जाऊन नवीन उपकरणं बघणं आणि जाता जाता सांगायचं म्हणजे सोलॅन्गेशी संध्याकाळची भेटीची वेळ ठरवणे (त्यांच्या खेळांच्या खात्यात साजेशी नोकरी करत होती ती).

ती कॅडिलॅक जणू वापरून फेकलेल्या गाड्यांच्या उकिरड्याचे भयावह आव्हान स्वीकारून धावत होती. क्रोमिअमचा थर देण्याची फसवणूक डोळा मारून खुणावत होती. 'हवेमुळे खराब झालेल्या गाड्यांना वरचेवर मुलामा दिल्यावर त्यांचा शेवट

कसा होत असेल? त्या शेवटी जातात कुठे? त्यांना समुद्रातच टाकल्या तर किनाऱ्यावरील धूप थांबवता येईल का?' 'हेरल्ड ट्रिब्यून'ला पत्र पाठवणे उचित होईल!

मग जेवणाचा प्रश्न होता. रात्रीचे जेवण सोलॅन्गेबरोबर ठीक होईल. साठ सालामध्ये 'ल्यूटेस' जगातील उत्तम रेस्टॉरंटपैकी एक मानलं गेलंय. पण आत्ता सकाळचं जेवण एकट्यानं घ्यायचं? पूर्वीच्या दिवसात नक्की '२१'मध्ये घेतलं असतं; परंतु उच्चस्तरीय लोकांच्या खर्चखात्याने त्या बालेकिल्ल्याचाही ताबा घेतला आहे. किमती फुगवल्या आणि चांगल्या-वाईटाबद्दल फरक माहीत नसल्याने पदार्थांतील चव गायब झाली. पण जुन्या सुंदर दिवसांच्या आठवणींखातर तो तेथे जाईल आणि दोन 'ड्राय मार्टिनी' घेईल. या बारमध्ये– लिंबाची फोड ठेवून हलवलेली, घरगुती व्हिस्कीबरोबर बीफइटर्स जिन घेता येईल.

आणि मग न्यूयॉर्कमधील उत्तम जेवणाचं काय? कालवांचं साय घातलेलं स्ट्यू, कुरकुरीत बिस्किटं, आणि मिलर हाय लाईफ व्हिस्की ग्रँड सेंट्रलच्या ऑस्टर बारमध्ये? –नाही त्याला कुठल्याही बारमध्ये बसायचं नव्हतं. कुठेतरी प्रशस्त आणि शांत जागी स्वस्थपणे वर्तमानपत्र वाचता येईल अशा ठिकाणी बसायचंय. हो तेच हवंय! प्लाझाच्या एडवर्डिअन रूममधील कोपऱ्यातील टेबल. तेथे तो कोणाला माहीत नव्हता, पण त्याला माहीत होतं की जे त्याला हवंय ते तिथे मिळेल. शॅमबोर्ड आणि पॅव्हिलिअनच्या दाहक वाईन सारखे आणि पाककले सारखे नाही. पॅव्हिलिअनमध्ये तर शेकडो विविध स्त्रियांच्या अत्तरांच्या वासांमुळे तुमचं रसनेंद्रिय गोंधळात पडतं. तो टेबलाशी आणखी एक मार्टिनी घेईल. मग धुरावलेला सालमन मासा आणि विशिष्ट भुर्जी (त्या मुख्य वेटरला माहीत आहे) जी त्यानं सूचना देऊन एकदा करवून घेतली आहे.

स्क्रँबल्ड एग्ज / अंड्यांची भुर्जी 'जेम्स बाँड'
चार व्यक्तिस्वातंत्र्यवाद्यांसाठी.

१२ ताजी अंडी
मीठ व मिरे
५-६ औंस ताजं लोणी

एका भांड्यात अंडी फोडणे. काट्याने भरपूर फेटणे आणि स्वादिष्ट करणे. एका लहान तांब्यांच्या किंवा जाड बुडाच्या दांड्याच्या भांड्यात ४ औंस लोणी वितळावे. वितळल्यानंतर अंडी त्यांत ओतून कमी उष्णतेवर,

अंडी घुसळण्याच्या रवीने सतत घुसळत शिजवावे.

तुम्हाला खाण्यासाठी जेवढी ओलसर अंडी आवडत असतील त्यापेक्षा जास्त ओलसर असताना भांडे खाली उतरवा व त्यात बारीक कापलेल्या रुचकर वनस्पती घाला. लोणी लावलेल्या गरम पावावर घालून, वैयक्तिक तांब्याच्या ताटलीत (फक्त बाह्यरूपासाठी) गुलाबी शँपेन (टैटँन्गर) बरोबर आणि हळुवार संगीताबरोबर खावयास द्यावे.

हं! हे सगळं छान वाटतंय. धुरावलेल्या सालमन माशाबद्दल खात्री नाही पण नशिबावर हवाला ठेऊ या. एडवर्डिअन रूममध्ये स्कॉच असायची. आत्ताची जाड, कोरडी, बेचव कॅनडावाली चीज नसे. अमेरिकन पदार्थांबद्दल काही खात्री देता येत नाही. त्यांना त्यांचं स्टेक आणि मासे मिळाले की इतर काहीही, कसंही चालतं. शिवाय प्रत्येक वस्तू कित्येक दिवस बर्फात ठेवलेली असते. बहुतेक ती प्रचंड अशा सामूहिक अन्न-प्रेतागारात ठेवलेली असते. त्यामुळे इटालियन सोडून सर्व अमेरिकन अन्नाचा स्वादच गेला आहे. प्रत्येक पदार्थ एकाच चवीचा वाटतो. एक प्रकारची तटस्थ, उदासीन चव अन्नाला असते. ब्रॉयलरच्या ऐवजी ताजी कोंबडी, ताजी अंडी, त्याच दिवशी पकडलेले ताजे मासे हे सर्व न्यूयॉर्कच्या हॉटेलांमधून शेवटचं केव्हा दिलं गेलं? पॅरिसच्या हॅलेस आणि लंडनच्या स्मिथफिल्डसमध्ये जसं ताजं अन्न दिसतं आणि विकत घेता येतं तसं एखादं मार्केट न्यूयॉर्कला होतं का? बाँडने त्याबद्दल काही ऐकलं नव्हतं. लोक म्हणतात, 'ते आरोग्याला अपायकारक आहे.' अमेरिकन लोक जास्त शुद्ध, स्वच्छ होताहेत का? की किड्यांबद्दल जादा सावध झाले आहेत? बाँड सोलॅन्गशी प्रणय करताना ज्या ज्या वेळी ते एकमेकांच्या बाहुपाशात आनंदात असत तेव्हा त्याचवेळी ती बाथरूममध्ये जात असे. तेही तब्बल पंधरा मिनिटे. नंतर बराच वेळ तो तिचे चुंबनही घेऊ शकत नसे. कारण ती औषधाने गुळण्या करून येई आणि सर्दीचा संसर्ग होऊ नये म्हणून गोळी घेई! ही तर डबल न्युमोनिआला लढा देण्याइतकी सावधानता! जेम्स बाँडला तिच्या आठवणीनं हसू आलं आणि आज संध्याकाळी भेटल्यावर ते दोघं प्रणयाव्यतिरिक्त काय करणार आहेत, त्याबद्दल विचार करीत राहिला. पुनश्च, न्यूयॉर्कला तर सर्व काही आहे! त्याचा शोध घेण्यात तो पूर्वी कधी यशस्वी झालाही नसेल. तरी त्याच्या ऐकिवात होतं की ब्लू फिल्म, रंग आणि आवाजासह बघायला मिळतात आणि त्यानंतर त्या व्यक्तीचं लैंगिक आयुष्य पूर्ण बदलून जातं. हा अनुभव सोलॅन्गबरोबर घ्यायला पाहिजे! आणखी एक मद्यपानगृह फेलिक्स लिटरनी सांगितलं होतं, ते सापडलं नव्हतं. क्रूरपणे लैंगिक सुख घेणाऱ्या व स्वपीडनातून लैंगिक सुख घेणाऱ्या स्त्री-

पुरुषांच्या भेटीचं ते संकेतस्थान होतं. चामड्याचं काळं जॅकेट आणि चामड्याचे हातमोजे असा त्यांचा सांकेतिक गणवेष होता. क्रूरपणे लैंगिक सुख घेणाऱ्यांनी डाव्या खांद्यावरील पट्ट्याखाली हातमोजा लावायचा आणि स्वपीडनातून लैंगिक सुख घेणाऱ्यांनी उजवीकडे लावायचा. पॅरिस आणि बर्लिनमध्ये स्त्रीवेषधारी पुरुषांच्या आणि पुरुषवेषधारी स्त्रियांच्या संकतेस्थानी जाऊन बघण्यात मजा असेल. अर्थात ते द एम्बर्सला जातील किंवा सोलॅन्गेला आवडणारं जाझ संगीत ऐकायला जातील आणि मग घरी गेल्यावर आणखी प्रणय आणि गुळण्यांचं औषध.

जेम्स बाँड स्वत:शी हसला. मॅनहॅटन किल्ल्यावरच्या भिंतींत बांधलेल्या अत्यंत सुंदर पुलावरून, ट्रिबरोवरून, ते भराभर चालत जात होते. पुढे येणाऱ्या सुखी क्षणांची प्रतीक्षा करायला त्याला आवडत असे. त्यावेळच्या बारीकसारीक तपशिलापर्यंतचा विचार करण्याची स्वप्नं जागेपणी पाहण्यात त्याला मजा यायची. आता त्याने काही बेत ठरवला होता आणि त्यातील भावी यशाने खूष होत होता. अर्थात काही गोष्टीत चूकही होऊ शकते, तेव्हा त्याला काही बदल करावे लागतील, पण हरकत नाही. न्यूयॉर्कला सगळं काही आहे.

न्यूयॉर्कला सगळं काही 'नाही' आहे. सुखसोयींच्या गैरहजेरीचे परिणाम अतिशय क्लेशकारक होते. एडवर्डिअन रूममध्ये अंड्याची भुर्जी खाल्ल्यानंतर प्रत्येक गोष्ट निखालस चुकीची होत गेली. स्वप्नातील कार्यक्रमाऐवजी, लंडनच्या मुख्य कार्यालयाला तातडीचे आणि पेचात पाडणारे फोन करावे लागले. मग केवळ भल्यामोठ्या सुदैवानं, रॉकफेलर सेंटरच्या स्केटिंगच्या हिममैदानाजवळ मध्यरात्री ती बेचव भेट झाली. त्या इंग्लिश मुलीच्या रडारड आणि आत्महत्येच्या धमकीमुळे बेचव झाली आणि ही तर न्यूयॉर्कचीच चूक होती. सेंट्रल पार्क झूत सरपटणाऱ्या प्राण्यांचं घरच नाही आहे! ह्या त्रुटीला सर्व श्रेय देणं शक्य नाही!

■

गोल्डफिंगर

इयान फ्लेमिंग

अनुवाद
माधव कर्वे

जेम्स बाँड ००७
वास्तव वाटावी अशी, आजही जगावर अधिराज्य
गाजवणारी व्यक्तिरेखा.
सौंदर्यवतींना रमवणारा आणि
खलनायकांना ठेचणारा हिकमती योद्धा, हेर.
'गोल्डफिंगर' या संशयास्पद असामीचा
वेध घेण्याची कामगिरी बाँडवर सोपवली जाते...
रहस्याचे धागे उलगडू लागतात...
गोल्डफिंगरला सोन्याचं वेड तर असतंच;
पण त्याचं असं सोनेरी साम्राज्यच असतं...
'स्मर्श' या रशियाच्या खुनशी हेर संघटनेशी संधान असणाऱ्या
गोल्डफिंगरनं एक महाकारस्थानही आखलेलं असतं...
मोठा नरसंहार होईल, अमेरिका हादरून जाईल
एवढं भयावह...
आजच्या अतिरेकी कारवायांशी नातं सांगणारं...
ही आपत्ती टाळणं शक्य असतं फक्त जेम्स बाँडला!
शह-काटशह, कपट-कारस्थानं, रहस्यानं भारलेलं
दमदार बाँड-नाट्य... 'गोल्डफिंगर!'